கடைசி வரை

வாஸந்தி

கவிதா பப்ளிகேஷன்
தபால் பெட்டி எண் : 6123
8, மாசிலாமணி தெரு, பாண்டி பஜார்,
தி. நகர், சென்னை - 600 017.

கடைசி வரை

வாஸந்தி

முதற் பதிப்பு : டிசம்பர், 2008
இரண்டாம் பதிப்பு : அக்டோபர், 2010

விலை : ரூ.70.00

KADAISEE VARAI

by Vaasanthi

First Edition : December, 2008
Second Edition : October, 2010
pages : 176

KAVITHA PUBLICATION
Post Box No. : 6123
8, Masilamani Street,
Pondy Bazaar,
T. Nagar, Chennai - 600 017.
☎ 2436 4243, 2432 2177
Telefax: 044-2436 4243
E-mail : kavitha_publication@yahoo.com
website : www.kavithapublicaion.com

ISBN : **978-81-8345-090-3**

PRICE : Rs.70.00

ஒளி அச்சு : **குட்வில் கம்ப்யூட்டர்ஸ்,** தி. நகர்-17.

அச்சிட்டோர் : சுப்ரா பிரிண்டெக், சென்னை - 5.

பதிப்புரை

"**ம**ங்கையராய் பிறப்பதற்கே நல்ல மாதவம் செய்திடல் வேண்டுமம்மா" என்றார் கவிமணி தேசிக விநாயகம் பிள்ளை.

இக் கவிதைக்கு எடுத்துக்காட்டாய் சமூகப்பார்வையோடு ஒவ்வொரு நிகழ்வுகளும், உரையாடல்களும் சிறப்பாக புனையப்பட்டுள்ளன.

மனோகரி என்ற டாக்டர் கதாபாத்திரம் பெண்ணினத்திற்கே பெருமைச் சேர்க்கும் விதமாக உள்ளது.

'கடைசி வரை' என்ற புதினத்தின் பெயருக்கேற்ப தான் கொண்ட லட்சியத்திலும் மன உறுதியிலும் கதையின் நாயகி கடைசி வரை தளராது உறுதியாய் இருக்கிறாள் என்பதை சிறப்பான கதை நிகழ்வுகளோடு அருமையாக வடித்துள்ளார் எழுத்தாளர் அருமைச் சகோதரி வாஸந்தி அவர்கள்.

சிறந்த நாவல்களை படித்துப் போற்றும் வாசக உலகம் இந்நாவலையும் பெரிதும் வரவேற்கும் என நம்புகிறோம்.

திருமதி வாஸந்தி அவர்களின் படைப்புகளை தொடர்ந்து வெளியிட வாய்ப்பளித்துள்ளமைக்கு எனது இதயம் கனிந்த நன்றியை தெரிவித்துக் கொள்கிறேன்.

அன்புடன்,

சேது சொக்கலிங்கம்
கவிதா பப்ளிகேஷன்.

கடைசி வரை

1

அவன் பதிலுக்காக நான் காத்திருந்தேன். நான் சொன்ன வார்த்தைகள் அவன் செவியில் விழவில்லை என்று தோன்றிற்று. அல்லது அவன் கிரகிக்கவில்லை. கிரகித்ததனாலேயே மௌனமாக இருக்கிறானோ என்னவோ. அவனுடைய சங்கடம் எனக்குப் புரிந்தது.

கடற்கரை கிட்டத்தட்ட காலியாகி இருந்தது. சூழ்ந்துவிட்ட கருமை கடலுக்கப்பாலும் விரிந்திருந்தது. அலை கழித்துப் புரண்டு கரையில் நின்றவர்களின் காலை மோதும்போதுதான் தொலைவி லிருந்து மெள்ளப் பாய்ந்த லைட் ஹவுஸின் ஒளியில் விளிம்பு நுரைத்து வெளிப்பட்டது. முழங்கால்களை நனைத்த அலை பின்னுக்கு நகர்ந்தது. கால் கட்டை விரலுக்கடியில் பூமி சரிந்து துளைவிட்ட போது அண்ட சராசரத்திலிருந்து நான் மெள்ள மெள்ள சரிவது போல பிரமையேற்பட்டது. என்னைப் பெற்ற தாயே, போதும் போதும். இனி என்னை ஏற்றுக்கொள் என்று சீதை சொன்னபோது இப்படித்தான் மணல் சரிந்திருக்கும் துளை அகலமாகி இடைவெளி விட்டிருக்கும். பேஸ்மென்டில் இறங்குவது போல சீதை பூமிக்குள் இறங்கியிருப்பாள். எல்லாம் முடிந்த பிறகு பூமி அதிர சீதே சீதே என்று அரிதாரம் பூசிய ராமன் கதறிய டி.வி. காட்சி எனக்கு நினைவுக்கு வந்தது.

"போலாமா?" என்றான் சிவா. "உனக்கு சேரனைப் பிடிக்கணும் இல்லே?"

"ஆமாம்" என்றபடி நான் திரும்பினேன். செருப்பை ஒரு கையில் பிடித்துக் கொண்டு ஈரக் கால்களில் ஒட்டிக் கொண்டிருந்த மணலைப் பற்றிய யோசனையில்லாமல் நடந்தேன். 'என் கேள்விக்கு நீ பதில் சொல்லலியே' என்று நான் அவனைக் கேட்கவில்லை.

"நீ போடற கண்டிஷன் ரொம்ப விசித்திரமானது மனோகரி" என்றான் அவனாக. "அதுக்கு எவனும் ஒத்துக்க மாட்டான்" என்றான் குற்றம் சாட்டும் குரலில். அவனுடைய பதில் எனக்கு ஏமாற்றத்தையோ வியப்பையோ ஏற்படுத்தவில்லை. ஆனால் எரிச்சல் ஏற்பட்டது.

"நீ ஒத்துக்கலலே! அதோடு விடு."

"நீ புரிஞ்சுக்கணும்" என்றான் அவன் உத்வேகத்துடன், "ரோசமுள்ள எவனும்..."

"வேண்டாம் சிவா. மேலே ஒண்ணும் பேச வேண்டாம் யார் யாரைப் புரிஞ்சுக்கலேங்கிற விவாதம் வேண்டாம்."

உணர்ச்சிவசப்பட்டு விடுவேனோ என்று எனக்குக் கவலை ஏற்பட்டது. பின்னாலிருந்து அடித்த காற்றில் முடி கலைந்து முகத்தையெல்லாம் மறைத்தது. மயிர்க்கற்றைகள் ஊசி முனை களாகக் குத்தின. முடியை விலக்க பக்கவாட்டில் திரும்பியபோது அவன் முகம் தெளிவாகத் தெரியாவிட்டாலும், குழப்பத்தில் இருப்பவன் போல் தோன்றினான்.

"இதைப் பத்தின விவாதம் தேவை இல்லேன்னு நினைக் கிறியா?"

"அவன் உணர்ச்சிவசப்பட்டிருப்பது குரலில் தெரிந்தது."

"தேவையில்லே" என்றேன் நான் பிடிவாதத்துடன்.

"ஸோ, தி சாப்டர் இஸ் க்ளோஸ்ட்?"

“யெஸ்.”

அவன் இறுக்கமான முகபாவத்துடன் நடந்தான். காந்தி சிலையைச் சுற்றி வெளிச்சம் இருந்தது. ஐந்தாறு பணக்கார இளவட்டங்களின் கார்கள் நின்றிருந்தன. இளநீர் வண்டிக்காரன் இனி கடையை மூடிவிட வேண்டியது தான் என்ற ஆயத்தத்தில் இருந்தான்.

“இளநீர் குடிக்கலாம் சிவா” என்றேன் திடீர் உல்லாசத்துடன். மனசு லேசாகி விட்டிருந்தது போல் தோன்றிற்று. அதற்கு என்ன காரணம் என்று ஆராய நான் முற்படவில்லை.

“சரி” என்று சொன்ன சிவாவின் முகத்தில் இறுக்கம் இன்னும் இருந்தது. நான்தான் இளநீர் வண்டியருகில் விரைந்து “ரெண்டு இளநீ” என்று விட்டு பணத்தை எண்ணிக் கொடுத்தேன். கார்களின் மேல் சாய்ந்தபடி அரட்டை அடித்துக் கொண்டிருந்த இளசுகள் சில வினாடிகள் எங்களைப் பார்த்துவிட்டு தங்கள் பேச்சுக்குத் திரும்பினார்கள். இளநீர் குடித்து முடிந்ததும் “கிளம்பலாமா” என்றான் சிவா திடீரென்று பொறுமையில்லாதவன் போல.

“நா ரெடி” என்று அவனுடன் நடந்து அவன் அமாந்ததும் பின்னால் அவனது பைக்கில் அமா்ந்தேன்.

தெரு விளக்குகள் பளிச்சென்று இருந்தன. முனையில் இருந்த பிரும்மாண்டமான போஸ்டரில் ஜெயலலிதாவின் அகண்ட புன்னகைக்கு அருகில் “பெண்ணுக்கு சம உரிமை கொடுப்போம்” என்ற வாசகங்கள் தெரிந்தன. பரமாச்சாரியாரின் அருள்வாக்கு போல.

ஒரு மணி நேரத்துக்கு முன் சிவாவிடம் இருந்த உற்சாகம் எங்கோ காணாமற்போயிருந்தது. அவனை நினைத்து பாவமாக இருந்தது. லேசாக குற்ற உணர்வுகூட ஏற்பட்டது. இவனது எண்ணங்களை மாற்ற முயற்சிப்பது அநாவசியமானது. தேவையற்றது

என்று இந்த நிமிஷம் ஏற்பட்டிருக்கும் மன நிம்மதியிலிருந்து புரிந்தது.

"எப்படி வாழ்க்கையை சிக்கலாக்கிக்கிறீங்க நீங்கள்லாம்!" என்றான் லேசாக என் பக்கம் கழுத்தை திருப்பி.

ஜில்லென்ற காற்றை அனுபவித்தபடி, "நீங்கள்லாம்னா யாரைச் சொல்றே?" என்றேன்.

"பெண்ணியம் பேசறவங்களைச் சொல்றேன்."

நான் பக்கென்று சிரித்தேன். "இதிலே ஈயமோ பித்தளையோ இருக்கிறதா நா நினைக்கல்லே!"

"ஜோக்கடிக்காதே. இது சீரியஸான விஷயம்."

"நீதான் ஜோக்கடிக்கிறே சிவா. நா இல்ல சரி. இந்தப் பேச்சை விடு."

அவன் பிறகு பேசவில்லை. முதலிலேயே தீர்மானித்திருந்த படி அவன் என்னை ரயில் நிலையத்தில் இறக்கிவிட்டான். "உள்ளே வரவேண்டிய அவசியமில்லே சிவா, தேங்க்ஸ்" என்றேன் அவன் தயக்கத்தை கவனித்து.

"ஆர் யூ ஷ்யூர்?" என்றான் உபசாரமாக.

"சந்தேகமேயில்லை" என்று நான் சிரித்தேன். கையை நீட்டி "நாம இன்னும் ஃப்ரெண்ட்ஸ்தான்" என்றேன்.

அவன் சந்தேகத்துடன் கையைப் பற்றினான்.

"நா சொல்றனேன்னு தப்பா நினைக்காதே. நீ உன் பிடிவாதத்தை விட்டுக்கொடுக்கலேன்னா, தனியாவே தான் இருப்பே."

"சாபமிடாதே" என்றேன் புன்னகை மாறாமல். பிறகு கையை விடுவித்துக் கொண்டு "பை" என்று சரேலென்று திரும்பி நிலையத்துக்குள் நுழைந்தேன். அவனுடைய வார்த்தைகள்

என்னைத் தொடாந்து வந்தன. ரயில் பெட்டியைத் தேடி எனது இருக்கையில் அமர்ந்த போது முள்ளாய்க் குத்தின. 'அடப் போய்யா' என்றேன் 'இருந்துட்டுப்போறேன்.'

எதிர்த்த ஸீட்டில் இருந்தவர் "என்ன?" என்றார். அது காதில் விழாதது போல் விளக்கை அணைத்துப் படுத்துக் கொண்டேன்.

சேலத்தை ரயில் அடைந்ததுமே ஒருபாதுகாப்பு வளை யத்துக்குள் நுழைந்த மாதிரி இருந்தது எனக்கு என் பெட்டி எங்கே வந்து நிற்கும் என்று அளந்து வைத்திருந்தவன் போல டிரைவர் மாணிக்கம் நின்றிருந்தான். புன்னகையுடன் என் கையிலிருந்த சாமானை வாங்கிக் கொண்டான்.

"நல்லாருக்கீங்களாக்கா?" என்றான் நான் ஏதோ தேசாந்தரம் போய் வந்தது போல. இரண்டு நாட்கள் முன்பு தான் இதே ரயில் நிலையத்தில என்னை வழி அனுப்பி வைத்தவன் இவன். 'என்ன இருந்தாலும் நம்ம ஊர் காத்து, தண்ணி, சாப்பாடு போல இருக்குமாக்கா பட்டணத்திலே' என்று இவன் கேட்கும்போது, அதில் தொனிக்கும் பரிவும் பெருமையும் எந்த வகையிலோ எனக்குத் தெம்பை அளிக்கும்.

"அப்பா நல்லாருக்காங்களா?" என்றேன்.

"இருக்காங்க. என்னை மூணரை மணிக்கே ஸ்டேஷனுக்கு விரட்டிட்டாரு."

நான் புன்னகையுடன் ஸீட்டில் சாய்ந்து அமர்ந்தேன். பாதையின் இரு மருங்கிலும் இருந்த பசுமையும் காற்றில் இருந்த குளுமையும் நாடி நரம்பிலெல்லாம் பாய்ந்ததுபோல மனசும் உடலும் நெகிழ்ந்தன. மாணிக்கம் சொல்வது சரிதான். இதற்கு ஈடு எந்த சொர்க்கமுமில்லை.

அப்பா வாசல் வராந்தாவிலேயே அமர்ந்திருந்தார். என்னைக் கண்டதும் அவர் முகத்தில் ஏற்பட்ட பிரகாசம் என்னை

அரவணைப்பது போல் இருந்தது. சிவாவின் நினைவு வந்தது. என்னவோ சொன்னானே ரோசமுள்ள எவனும் –

"எப்படிம்மா இருந்தது செமினார்?" என்றார்.

"வழக்கம்போலதாம்ப்பா. நீங்க எப்படி இருக்கீங்க? ரத்த அழுத்தமெல்லாம் ஒழுங்கா இருக்கா?"

"தேமேன்னு இருக்கு" என்றார் அப்பா புன்னகையுடன். "உப்பு கரண்டான் பக்கமே போகலேங்கறா ராசம்மா."

கதவுக்கருகில் சற்று எட்டி மரியாதை கலந்த புன்னகையுடன் சமையல்காரப் பெண் ராசம்மா நின்றிருந்தாள்.

"வாக்கக்கா" என்றாள். "காபி கொண்டாறவா?"

"கொண்டா. நா போய் முகம் கழுவறேன்" என்று குளியலறைக்குச் சென்றேன்.

இங்கு அநேகமாக நான் எல்லாருக்கும் அக்கா. தோட்டக்கார முனியப்பனைத் தவிர. இரண்டு மூன்று தலைமுறைகளாக எங்களோடு இருப்பவர்கள். மூன்றாவது தலைமுறைக்கெல்லாம் நான் அக்கா. அவர்கள் அப்படிக் கூப்பிடும்போது மூன்று தலைமுறையின் பாரத்தைச் சுமப்பது போல நான் உணர்கிறேன். அது கொடுக்கும் நெருக்கமே எனக்குப் பாதுகாப்பு என்ற பிரமை ஏற்படுகிறது. அவர்களுக்கு நான் தேவை என்பதை விட எனக்கு இவர்கள் தேவை. இதையெல்லாம் சிவா உணர்வானா என்று தெரியாது. முதலாளித்துவ மனோபாவம் என்று பரிகாசம் செய்தாலும் செய்வான். அதிர்ச்சியும் அடையலாம். முகத்தைக் கழுவிக் கொண்டு நான் சாப்பாட்டு மேஜைக்கு வந்தேன். காபியுடன் தினசரி பேப்பரையும் ரர்சம்மா கொண்டு வைத்தாள். அப்பாவின் வழக்கம் அது. நான் க்ளினிக் ஆரம்பித்துத் தொழில் தொடங்கியதி லிருந்து எனக்கும் பின்பற்றப்படுகிறது. "ஆம்பிளை கணக்கா வேலை பாக்கிறீங்க இல்லே? அதுக்குத் தக்கன மரியாதை வேணாம்?" என்றான் ராசம்மா ஒரு நாள்.

“ஆம்பிளையோடு ஒப்பிட்டுப் பாத்துதான் எனக்கு மரியாதை குடுப்பியா ராசம்மா?” என்று அவளைச் சீண்டினேன். “அப்படித்தான்க்கா வழக்கம்” என்று அவள் சிரித்தபோது நான் வாயை மூடிக்கொண்டேன்.

நான் குளித்துத் தயாராகி வரும்போது ராசம்மா டிபனை மேஜையில் வைத்தபடி சொன்னாள்:

“நீங்க குளிக்கப் போயிருக்கும் போது மீனாட்சி இரண்டு தடவை போன் பண்ணிட்டாக்கா. நீங்க கிளினிக்குக்கு எப்ப வர்றீங்கன்னு. ஏதோ அவசர கேசாமா.”

“சரி, அப்பக் கிளம்பறேன். காபி மட்டும் கொடு ராசம்மா.”

“ஐயே, நான் சொன்னது தப்பா போச்சு, ரெண்டு இட்லி சாப்பிட்டுப் போங்கக்கா.”

“அப்புறம் குடுத்தனுப்பு. அவசரமில்லேன்னா மீனாட்சி போன் பண்ணமாட்டா.”

நான் காபியை ஒரே விழுங்காக விழுங்கி வீட்டை ஒட்டினாற்போல் இருந்த க்ளினிக்குக்கு விரைந்தேன்.

“வந்துட்டீங்களாக்கா” என்றாள் மீனாட்சி நிம்மதியுடன். “இரண்டு கேசு வந்தது காலையிலே பேலுகுறிச்சிலேர்ந்து. ஒண்ணு ரெப்டிக் அபார்ஷன். இன்னொன்னு ரெண்டாவது பிரசவம். ரெண்டும் லபோ லபோன்னு கத்துதுங்க. எனக்கு கையும் ஓடலே காலும் ஓடலே.”

நான் பதில் சொல்லாமல் கேஸ் ஷீட்டை நோட்டம் விட்டபடி பேஷண்டைக் கவனிக்க விரைந்தேன். மீனாட்சி சலிப்பின் எல்லையில் இருந்தது போலத் தோன்றினாள். ‘இந்தப் பிள்ளை பெக்கற தொழிலே பொம்பளைக்குக் கூடாதுன்னு ஒரு சட்டம் போடணும்கா’ என்று ஒருமுறை என்னிடம் முறையிட்டிருக்கிறாள். ஆனால் அவளேதான், இந்த நர்ஸிங் ஹோமில் குழந்தை பிறக்கும்

போதெல்லாம் உலக மகா அற்புதத்தைக் கண்டது போலப் பரவசப்படுவாள்.

க்ளினிக்கில் நுழைந்து வெள்ளை அங்கி அணிந்து கையுறைகளை மாட்டிக்கொண்டதுமே நான் வேறு ஆளாக மாறிப் போனதுபோல் இருந்தது. ஏதோகூடு விட்டுக் கூடு பாய்ந்தது போல, மீனாட்சிக்கும் க்ளினிக்கைக் கூட்டுகிற பாவாயிக்கும் ஆவி உலகத்தில் அசாத்திய நம்பிக்கை. நூறு வருஷங்களுக்கு முன் தன் புருஷன் செத்ததும் உடன்கட்டை ஏறிய பெண் ஒருத்தியின் ஆவி இங்கு சுத்துவதாக பாவாயி சொல்கிறாள். உடன்கட்டை ஏறினால் சொர்க்கத்துக்கு அல்லவா போகவேண்டும். இங்கு ஏன் சுத்துகிறது ஆவி என்ற என் கிண்டலை பாவாயி சீரியஸாக எடுத்துக் கொண்டாள். "அதுக்கு ஏதாவது ஆசை நிறைவேறாம இருந்திருக்கும்மா பாவம்" என்றாள்.

அதற்கு மங்கம்மா என்று பெயர் சூட்டியிருக்கிறாள். அமாவாசைக்கும் பௌர்ணமிக்கும் தோட்டத்தில் நட்ட ஒரு கல்லுக்கு மஞ்சள் குங்குமமிட்டு பால் படைக்கிறார்கள், அவளும் மீனாட்சியும். அவர்களுக்குத் தெரியாமல் அந்த ஆவி என்னை ஆட்கொள்கிறது என்று நினைக்கிறேன். மனித சக்திக்கு அப்பாற்பட்ட ஒரு சக்தியின் உந்துதலை நான் உணர்கிறேன்.

மீனாட்சி சொன்னதுபோல இரண்டு பேலுகுறிச்சி கேசுகளும் அலறிக்கொண்டிருந்தன.

அபார்ஷன் கேசுக்கு இருபது வயதுக்கு மேலிருக்காது. நல்லவேளையாக நான் நினைத்த அளவு விபரீதமில்லை. பயத்தில் பாதி செத்திருந்தாள். நான் உடனடியாக சிகிச்சையை ஆரம்பித்தேன். புருஷன் இறந்து ஒரு வருஷம் ஆகிறதாம். அவளுக்கு மயக்கம் தெளிந்ததும் நான் மெல்லச் சொன்னேன்.

"இதப்பார், அடுத்த தடவை கண்ட மருத்துவச்சிகிட்ட போகாதே. எங்கிட்ட வா, கலைச்சுடறேன்."

அந்தப் பெண் என்னை திகைப்புடன் பார்த்தது. பிறகு அழுதது.

பிரசவத்துக்கு வந்திருந்த கேசுக்கு எந்த சிக்கலும் இல்லை. பிரசவ வேதனைக்கு இப்படி அலற வேண்டிய அவசியமில்லை. அவள் வேறு எதற்கோ அலறினாள். இது இடைச்சன். தலைச்சன் பெண் குழந்தை. இது என்னவாக இருக்கப் போகிறதோ என்றுதான் அலறல். வெளியே புருஷனும் மாமியாரும் நிற்பதாக மீனாட்சி சொன்னாள். இவள் ஐயோ அம்மா என்று அலறும்போது அவர்களது கருணை சுரப்பிகள் சுரக்காதா என்று பார்க்கிறாள்.

“இந்த பொம்பளைக்கு எப்படியாவது ஆம்பளைக் குழந்தை பொறக்கணும். அந்த மங்கம்மா தாயிதான் கண் தொறக்கணும்” என்று பாவாயி முணுமுணுத்தான்.

“டாக்டரம்மா, என்னை காப்பாத்துங்க தாயீ” என்று அந்தப் பெண் அலறும்போது நானே மங்கம்மா என்ற பிரமையேற்பட்டது. வீறிட்டு அழுதபடி சிசு வெளிப்பட்டபோது எல்லாரும் பீதி நிறைந்த சஸ்பென்ஸில் நின்றோம். “ஆம்பளைக் குழந்தே!” என்றாள் மீனாட்சி. பிரசவித்த பெண் நம்பமுடியாமல் வெறித்தாள். பித்துப் பிடித்தது போல என் கையைப் பிடித்து முத்தமிட்டு “தாயீ, நீ தெய்வம், தாயீ!” என்று அழ ஆரம்பித்தாள்.

சுற்றிலுமிருந்த உற்சாகத்தில் பங்கு கொள்ளாமல் நான் சோர்வுடன் கைகளைக் கழுவச் சென்றேன். அந்த உற்சாகத்தையும் அந்தக் கண்ணீரையும் கண்டு வெட்கமேற்பட்டது. வெளியில் சர்க்கரை விநியோகித்துக் கொண்டிருந்த புருஷனையும் மாமியாரையும் நாராய்க் கிழிக்க வேண்டும்போல் ஆத்திரம் வந்தது.

“இனிமே போதும், ஆபரேஷன் செஞ்சிடுங்க” என்றான் புருஷன் என்னிடம் பெருந்தன்மையோடு, இனிமே அவ தொழில் செய்ய வேண்டாம் என்பது போல.

மெள்ள மெள்ள நர்ஸிங்ஹோமில் சப்தங்கள் அடங்கிப் போயின. காத்திருந்த கேஸையெல்லாம் பார்த்த திருப்தியுடன் நான் வீட்டுக்குக் கிளம்ப யத்தனிக்கையில் அந்தக் கேஸ் வந்தது.

கிலிபிடித்தாற்போல் தெரிந்த அந்தப் பெண்ணை மெள்ளப் பேச்சுக் கொடுத்து நிதானப்படுத்தினேன். பெயர்? ரஞ்சிதம். வயசு? முப்பது இருக்கும். இது எத்தினாவது பிரசவம்? ஆறாவது மூத்தது எல்லாம் இருக்கா? மூணு இருக்குங்க. பொட்டைப் புள்ளைங்க. மற்ற இரண்டு என்ன ஆயிற்று என்று கேட்காமல் அவளுடைய சோகை பிடித்த கண்களை ஆராய்ந்தேன். இப்ப எத்தினி மாசம்? ஆறுங்க.

திடீரென்று என் கைகளை அந்தப் பெண் இறுக்கிப் பிடித்துக் கொண்டாள்.

"டாக்டரம்மா, நீங்கதான் என்னைக் காப்பாத்தோணுங்க."

அவள் கண்களில் தெரிந்த பீதி எனக்குப் பழக்கமானது. ஆனால் அதைப் பார்க்கும்போதெல்லாம் எனக்குள் ஏற்படும் அதிர்வு இப்பவும் ஏற்பட்டது.

"என்ன செய்யணும்? கருவைக் கலைக்க முடியாது இனிமே. குழநதை வேண்டாம்னா ஆபரேஷன் பண்ணிக்கறதுதானே?"

அவள் பிடி இறுகிற்று. எனக்கு வலித்தது. அந்த எலும்புக் கூட்டிற்கு ஏது இத்தனை பலம் என்று எனக்கு ஆச்சரியமேற்பட்டது.

அவள் கண்களிலிருந்து நீர் வரவில்லை. கேவல் மட்டும் அடிவயிற்றிலிருந்து வெளிப்பட்டது.

"வாரிசுக்கு மகன் கேக்கிறாங்க. என்ன செய்யட்டும்? கருவிலே என்ன குழந்னேனு பாத்து சொல்றாங்களாமே. அப்படிப் பாத்து சொல்லு தாயீ. பொட்டைன்னா கலைச்சுடு தாயீ."

நான் பேசாமல், குலுங்கும் அந்த எலும்புக்கூட்டைப் பார்த்தேன்.

“இதெல்லாம் சட்டப்படி குத்தம் ரஞ்சிதம்” என்றேன் மெள்ள.

“நா வெளியிலே மூச்சுவிட மாட்டேன் தாயீ. என்னைக் காப்பாத்து. இல்லேன்னா நானே விஷம் கொடுக்க வேண்டிவரும். என்னாலே முடியலே தாயீ. முடியலே.”

அவள் முதுகை லேசாக வருடினேன். மணி அடித்ததும் மீனாட்சி வந்தாள்.

“கர்ப்பத்திலே ஏதோ கோளாறு இருக்குன்னு சந்தேகமாயிருக்கு, ஸ்கேனுக்கு ஏற்பாடு பண்ணு” என்றேன்.

ஸ்கேனில் நன்றாகத் தெரிந்தது. வளர்ந்த பெண் சிசு. நான் மீனாட்சியிடம் எதுவும் பேசவில்லை. காரியத்தில் இறங்கினேன். இன்று இரவோ நாளைக் காலையோ ரஞ்சிதத்துக்கு பிரசவமாகும். ஆரோக்கியமான பெண் சிசு பிறக்கும் - இறந்து.

ஏன் இப்படி செய்தீர்கள் என்று மீனாட்சி என்னைக் கேட்கமாட்டாள்.

2

எனக்கு அடிக்கடி ஒரு விசித்திர உணர்வு ஏற்படுகிறது. இந்தக் க்ளினிக்குக்கு வரும் எல்லாப் பெண்களுடனும் எனக்கு ஜன்மாந்தர தொடர்பு இருப்பது போல. இவர்களையெல்லாம் அரவணைப்பது எனக்கு நானே படை திரட்டுவதுபோல் என்று உணர்கிறேன். தில்லியில் புரொபசராக இருக்கும் என் கல்லூரித் தோழி கமலினி இங்கு ஒரு முறை வந்தபோது நான் கேசுகளைக் கையாளும் லாகவத்தைக் கண்டு லேசாக அதிர்ந்தாள். “நீயா மனோ இதைச் செய்யறே? சட்டப்படி குத்தம் மனோ.” அவளுடைய கேள்வி காதிலேயே விழாத மாதிரி நான் ஒரு கையால் பேஷன்டின் வயிற்றை அழுத்தியபடி ஸ்கேன் ஸ்க்ரீனைப் பார்த்துக் கொண்டிருந்தது எனக்கு நினைவிருக்கிறது. ஸ்க்ரீனில் கர்ப்பத்தின் சிசு

உற்சாகத்துடன் சுற்றிச் சுற்றி வந்தது. இரண்டு கால்களும் அகன்று ப்ருஷ்டம் கவிழ்ந்தபோது திரிசூலம் போல பெண் உறுப்பு தெரிந்தது. ஜனவரி 20-ஆம் தேதி பிரசவம் என்று கம்ப்யூட்டர் விவரம் தெரிவித்தது. கரு எனது பார்வையை உணராமல் உயிர் துடிக்கும் உற்சாகத்தில் துள்ளிற்று. கோட்டைக்குள் இருக்கும் தெம்பில் எதையோ நாக்கை நீட்டி உறிஞ்சிற்று. கமலினி பரவசத்துடன் ஸ்க்ரீனைப் பார்த்துக் கொண்டிருந்தாள். "இதப் பார்த்தப்புறமும் உனக்கு மனசு வருதா?" என்றாள் மெல்லிய பிரமித்த குரலில். நான் ஸ்க்ரீனிலிருந்து பார்வையை அகற்றாமல் லேசாகப் புன்னகைத்தேன். "உனக்குப் புரியாது" என்றேன். "நான் எத்தனை கருணையுள்ளம் படைச்சவன்னு உனக்குத் தெரியாது!" "மை ஃபுட்!" என்றாள் கமலினி வெறுப்புடன். நான் எந்த விவாதத்திலும் இறங்கத் தயாராயில்லை. எல்லா விவாதங்களும் பலனற்றவை. வியர்த்தமானவை. அதுவும் இந்த மண்ணின் சுவாசத்தை உணராதவர்களிடம் பேசுவதில் அர்த்தமில்லை. ஆனால் கமலினி கேட்ட எல்லா உதவிகளையும் நான் உற்சாகமாக அளித்தேன். வயற்காட்டில் வேலை செய்யும் பெண்களைப் பார்க்க வேண்டும் என்றாள். அவர்கள் பாடும் நாட்டுப் பாடல்களைப் பதிவு செய்ய வேண்டும் என்றாள். நாட்டுப் பாடல்கள் பற்றி ஆய்வு செய்கிறாளாம். கிராமங்களில் வீடுகளிலேயே அவர்களை சந்திக்கலாம் என்று கிளம்பினோம். க்ளினிக்கிலிருந்து வண்டியைக் கிளப்பி ஊரின் எல்லையைத் தாண்டியதும், கமலினி பெருமூச்சு விட்டாள்.

"அப்பா, இப்பத்தான் எனக்கு சுவாசம் வருது. உன் க்ளினிக்கிலே எனக்கு மூச்சு முட்டிப் போச்சு."

நான் பதில் சொல்லாமல் சிரித்தேன்.

"நீயேன் மனோ இங்கே இந்தக் கிராமத்திலே இருக்கே? சேலத்திலேயாவது இருக்கலாம். அத்தனை நல்லா பாஸ் பண்ணினே. பட்டணத்திலே இருந்தா எங்கேயோ போயிருந்திருக்கலாம் நீ!" என்றாள்.

எனக்குச் சிரிப்புதான் வந்தது. "நா இங்க இல்லேன்னா உன்னுடைய ஆராய்ச்சி என்ன ஆகிறது?"

அவள் குழப்பத்துடன் என்னைப் பார்த்தாள்.

"எதுக்கிருக்கே சொல்லு?"

எனக்குப் பதில் சொல்லத் தயக்கமாக இருந்தது. மிக அந்தரங்கமான விஷயத்தைத் தெரு வீதியில் விரிக்கச் சொன்னது போலக் கூசிற்று.

"நா இங்கதான் இருக்கணும் கமலினி" என்றேன் தடுமாற்றத்துடன். நா எங்கேயோ பறக்க ஆசைப்படலே.

கமலினி சற்று பேசாமலிருந்தாள். "உங்கப்பாவுக்கு நீ ஒரே குழந்தை என்கிறதனாலயா?"

"அதைத் தவிர இன்னும் எத்தனையோ விஷயங்கள் இருக்கு" என்றேன் பட்டுக்கொள்ளாமல் "எங்கப்பாவை விட்டுட்டுப் போக எனக்குச் சம்மதமில்லேங்கறதும் முக்கியமான காரணம்தான்" என்றேன் பிறகு அவசரமாக.

"கல்யாணம் பண்ணிக்கப் போறதில்லையா?"

"பண்ணிப்பேனே! இங்கே வந்து தங்க ஒருத்தன் சம்மதிச் சான்னா!"

"எவனும் சம்மதிக்க மாட்டான்" என்றாள் கமலினி தீர்மானமாக.

"ஏன் வரக்கூடாது? கல்யாணமானா புருஷன் வீட்டுக்கு மறு பேச்சில்லாம பொம்பளைதான் போகணுமா? மனைவி வீட்டுக்குப் புருஷன் வரக் கூடாதா?"

கமலினி சிரித்தாள்.

"இந்தக் கிராமத்துக்கு எவன் வந்து உட்காருவான்? உன் சொத்துக்கு ஆசைப்பட்டு எவனாவது தண்டசோத்துத் தடிராமன் வேணா வருவான்."

“எவனும் வரலேன்னா போயிட்டுப் போறது. நா இப்படியே இருக்கேன்.”

“கமலினி பதில் சொல்லவில்லை. இதெல்லாம் தமிழ் சினிமாத்தனமான பேச்சு என்று அவள் நினைத்திருப்பாள். அநாவசியமான தியாகம் என்று கிண்டலாகக் கூட நினைக்கலாம். எதையும் யாருக்கும் விளக்கும் ஆர்வம் எனக்கில்லை.”

“இதுவரைக்கும் யாரும் உனக்கு நெருக்கமாகலியா?”

“நான் உதட்டைப் பிதுக்கினேன். நினைவலையில் தோன்றிய சிவாவின் முகத்தை அவசரமாக அழித்தபடி. கமலினி நல்ல வேளையாக மேற்கொண்ட துருவிக் கேட்கவில்லை. பள்ளத் தெருவில் வண்டி நின்றதும் கூட்டம் சேர்ந்து விட்டது.”

என்னை அடையாளம் கண்டு “அக்கா வாங்க” என்று அவர்கள் காட்டிய வரவேற்பில் கமலினியே அசந்து போனாள்.

“உங்க பாட்டைக் கேட்க வந்திருக்காங்க இந்த அக்கா தில்லியிலேந்து. பதிவு செஞ்சு எடுத்துக்கிட்டுப் போகப் போறாங்க. ஏதாச்சும் பாடுங்க” என்றேன். “தில்லி பட்டணத்திலே உங்க பாட்டு கேட்கும்.

“ஐய்யே, எங்களுக்கு என்ன பாட்டு தெரியும்?” என்று பெண்கள் பிகு செய்து கொண்டார்கள்.

“காசு தரேன் பாடுங்க” என்று கமலினி பிஸினஸ் பேசினாள்.

“சற்று மௌனத்துக்குப் பிறகு “ஒப்பாரிதான் பாடத் தெரியும். அதுவும் முக்காலும் மறந்து போச்சு” என்றாள் ஒரு கிழவி.

“அதைத்தான் பாடுங்க” என்றாள் கமலினி டேப் ரிக்கார்டரை முடுக்கியபடி. பெண்கள் அங்கங்கே திட்டு திட்டாக நிற்க. கிழவி அங்கிருந்த கல்லுரலில் ஸ்டூலில் மேல் அமர்வதுபோல அமர்ந்ததும் சட்டென்று ஒரு மௌனம் கவிந்தது. சற்று முன் வரை இருந்த உற்சாக ஆரவாரம் வினோதமாக ஒடுங்கி அடங்கி கனத்துப் போனதை நான் உணருகையில் கிழவியின் குரல் தீர்க்கமாக ஒலித்தது.

வெள்ளி நெருப்புப் பெட்டியே -
எனக்கு வந்த
பீமருக்குப் பிடிக்கட்டும்.
அந்த வேசி மடிமேலே வெடி வெச்சு
சூதாடி, வீதி அறியாத வீடு வந்து சேராத
அந்த வேசி வெச்ச கை மருந்து
உங்களுக்கு தங்கிச்சா பந்தியிலே

கிழவியின் குரல் கேவிற்று. சுற்றிலும் இருந்த நிசப்தத்தில், நானே அந்தப் பெண்ணாக மாறிப்போனது போல இருந்தது. தாசி வீடே கதியென்று இருந்த புருஷன் சடலம் தெருக்கோடியில் நிற்கிறது. நான் பிச்சியைப் போல வெள்ளி நெருப்புப் பெட்டியையும் அவனுக்குப் பிடித்த பீடிக்கட்டையும் வைத்துக்கொண்டு காத்திருக் கிறேன். ஏமாற்றப்பட்டு வஞ்சிக்கப்பட்டு.

நாம் பொறந்த காசியிலே
அதி மதுர சக்கரையும்
இங்கே அனுப்பாட்டி போனாலும்
என்னெ பெத்தெடுத்த தாயாரே
உங்க அன்பிருந்தா போதுமின்னு
எந் தங்கப் பிறப்புகிட்ட தருக்கம்
சொல்லும் தாயிகிட்டே
நாம் பட்ட கஷ்டத்தைச் சொன்னேன்னா
உங்க தங்க முகம் சோர்ந்திரும்

கிழவி கேவலுடன் நின்றாள். சுற்றிலும் நின்றிருந்த பெண்கள் கண் கலங்கி நின்றிருந்தார்கள். ஒருத்தி தலைப்பால் கண்களைத் துடைத்துக் கொண்டிருந்தாள். அந்த ஒப்பாரியின் வார்த்தைகள் புரிந்து கலங்கினார்களா அல்லது அந்த வயிற்றைக் கலக்கும் ஓலத்தில் கரைந்து நின்றார்களா என்று புரியவில்லை. ஆனால் அவர்கள எல்லாரையும் ஏதோ ஒன்று பிணைத்தது. அந்த வட்டத்துக்குள் நானும் சிக்கியிருந்தை என் கண்ணில் பனித்திருந்த நீர் உணர்த்திற்று. கமலினி அவசரமாக தனது நோட்டுப் புத்தகத்தில் ஏதோ கிறுக்கிக் கொண்டிருந்தாள். என்னைப் பார்த்து 'வெரி

இன்டரெஸ்டிங்' என்றாள். அவளது ஆய்வேடுகளில் இந்தத் தருணத்தின் நெகிழ்ச்சி பதியுமா என்கிற சந்தேகத்துடன் நான் எழுந்தேன். அடுத்த இரண்டு நாட்களில் மதுரை மாவட்டத்துப் பெண்களின் ஒப்பாரியைப் பதிவு செய்ய கமலினி கிளம்பிப் போனாள். என்னைப் பற்றி அவளுக்கு ஏற்பட்ட சங்கடம்தான் அவளை இங்கிருந்து விரட்டியிருக்க வேண்டும்.

கதவு லேசாகத் தட்டப்பட்டு திறந்த இடைவெளியில் மீனாட்சியின் தலை தெரிந்தது.

"ஆபரேஷன் செஞ்சுகிட்ட அந்த பொம்பளை கிளம் பறாளாம். உங்களைப் பாக்கணும்ங்குதுங்கக்கா."

"இந்த மத்தியான்ன வெயில்லையா?"

"புருஷன் ப்ளஷர் காரு கொணாந்திருக்காருங்கக்கா, ஆம்பளைப் புள்ள பொறந்த சந்தோஷத்திலே, மாமியாளும் வந்திருக்கா."

"சரி அனுப்பு. பேமென்டெல்லாம் பண்ணிட்டாங்களா?"

"ஆச்சுங்க."

"சரி, புருஷனையும் அவளையும் அனுப்பு. மாமியார் வேண்டாம்."

அந்தப் பெண் இன்னும் பலவீனமாக இருந்தாள். புருஷன் ஒட்டாமல் கூட வந்து நின்றான். "ரொம்ப நன்றிங்கம்மா" என்றான் உபசாரமாக. "இவளைக் கூட்டிக்கிட்டுப் போறேனுங்க.

உங்கூடவா என்றேன் யோசனையுடன்

பொறந்த வீட்டிலே வசதி இல்லீங்க நாங்களே கூட்டிட்டுப் போறோமுங்க

அந்தப் பெண் தலைகுனிந்தபடி உட்கார்ந்திருந்தது.

பொட்டப்புள்ளெ பொறந்திருந்தா பொறந்த வீட்டுக்கு அனுப்பியிருப்பே.

"அதெல்லாம் ஒண்ணுமில்லீங்க என்று அவன் அசடு வழிந்தான். எனக்கு எல்லாம் ஒண்ணுதாங்க."

அந்தப் பெண் என்னை நிமிர்ந்து பார்த்து மீண்டும் தலைகுனிந்தாள். "உன் கூடவே அழைச்சிட்டுப் போனா ஜாக்கிரதையா இருக்கணும். ஆபரேசன் ஆன உடம்பு தெரியுதா."

"அதெல்லாம் இருப்போமுங்க."

"ஜாக்கிரதையா இல்லேன்னா குழந்தைக்கு ஆபத்தாப் போகும்" என்றேன் அச்சுறுத்தும் குரலில்.

"சரிங்க."

மீனாட்சி அவனை எதற்கோ வந்து கூப்பிட அவன் மீண்டும் எனக்கு வணக்கம் தெரிவித்து விட்டு வெளியேறினான.

அந்தப் பெண் சடக்கென்று என் கையைப் பற்றி அழ ஆரம்பித்தது நீங்க சரியா சொன்னீங்கம்மா மகன் பொறந்ததாலே தான் இந்த உபசராம் இதுவும் பெண்ணாயிருந்திருந்தா ஒரேயடியாய் அனுப்பி வெச்சிருப்பாங்க அதுக்கெல்லாம் ஏற்பாடு கூட பண்ணி வெச்சிருந்தாங்க.,

என்ன ஏற்பாடு.

"ரெண்டாந்தாரம் கட்ட பொண்ணு கூடபாத்து வெச்சாச்சு"

"குழந்தை பிறக்கறதுக்கு முந்தியேவா,"

"ஆமாங்கம்மான்னா? கிளிசோசியம் சொல்லிச்சாம் பொண்ணுதான் பொறக்குமுன்னு."

இப்பொழுது அந்தப் பெண் சிரித்தது. எனக்கு அடி வயிற்றைக் கலக்கிற்று. இவள் எனக்கு ஏற்கனவே பரிச்சயமானவள் என்று தோன்றிற்று.

"அது உண்மையாயிருந்தா நா என்னங்க செஞ்சிருக்க முடியும் நானும் முடிவு செஞ்சிருந்தேங்க அப்படீ ஏதாவது ஆனா

ரெண்டு பொட்டை புள்ளைகளையும் சேர்த்து வவுத்திலே கட்டிக்கிட்டு கெணத்திலே இறங்கறதுன்னு.”

“சீச்சீ நீ எதுக்கு சாவணும்.”

“வேற வழியில்லீங்க” என்றாள் அவள் தொண்டையடைக்க.

“உங்களுக்குப் புரியாதுங்க நீங்க வசதி உள்ளவங்க.”

புருசன் அவளை அழைக்க உள்ளே வந்ததும் ஆட்டுக்கடா போல அவன் பின்னால் சென்றாள்.

இனிமேல் கேஸ் எதுவும் இல்லை என்று மீனாட்சி சொன்னாள். நான் கிடைத்தது சமயம் என்று எழுந்தேன். க்ளினிக் கப்சிப்பென்றிருந்தது. நேற்று இறந்த பெண் குழந்தையைப் பெற்ற ரஞ்சிதம் இன்று காலை கிளம்பிப் போய் விட்டாள் பேசன்டுகள் உட்காரும் இடத்தில் வைக்கப்பட்டிருந்த சின்ன டிவியின் எதிரில் கூட இன்று யாரையும் காணோம்.

ஓ! இன்று செவ்வாய்க்கிழமை.

சந்தை நாள் எல்லாரும் புத்துருக்கு நெய் வாங்கி வருவார்கள். முன்பெல்லாம் எனக்கு சந்தைக்குப் போவதெல்லாம் திருவிழா வுக்குப் போவது போல. அம்மாவுக்கும் அப்படித்தான் இருக்கும் அவள் வீட்டை விட்டு வெளியே அடியெடுத்து வைக்கும் ஓரே தினம் கண்டாங்கி சீலையை சம்பிரதாயமாகக் கட்டியிருப்பாள். வீட்டில் இருக்கும்போது அவளருகில் பூண்டு வாசனை வரும். அல்லது நெய் வாசனை அல்லது மிளகாய்த் தூள் வாசனை சந்தைக்குப் போகையில் பவுடர் மணக்கும். தொழுவத்திலும், களத்திலும், அடுக்களையிலும் சுணங்காமல் செய்த வேலையின் பரிசாய் கிண்ணென்றிருந்த உடம்பை செருக்குடன் நிமிர்த்தி நடக்கும் அவளுடன் நான் பொடி ஓட்டமாக ஓடிக் கொண்டு செல்கையில் உலகமே அவள் காலடியில் என்று எனக்குப் பெருமிதம் ஏற்படும். ‘வாங்க வாங்க’ என்று வெண்ணெய் விற்பவர்கள் போடும் கூச்சலில் மயங்காமல் ஒவ்வொன்றாய்

முகர்ந்து ருசித்து அதற்கு பிறகே இது தேவலே, இதிலே காய்ச்சு ஒரு கிலோ என்பாள். பதமாக காய்ந்த நெய்யில் ஒரு பிடி முருங்கை இலை போட்டு சடசடத்ததும் அதை இறக்கி ஆற வைத்து தூக்கில் வடிகட்டி எடுத்துப் போகும்போது ஏதோ சாம்ராஜ்யத்தை விலைக்கி வாங்கிச் செல்வது போலிருக்கும். மறுநாளைக்குத் தப்பாமல் அப்பாவுக்கு பிடித்த அதிரசம் தயாராகும். அப்பாவுக்கு பிடிக்கும் - சாமிக்கு நைவேத்தியம் என்பதுபோல இரண்டு வருடங்களுக்கு முன் அதிரசம் செய்யும் போதுதான் மாரடைப்பு வந்தது. கையில் பிடித்திருந்த மாவு பிடித்தபடி இருக்க இறந்து போனாளாம். நான் அப்பொழுது அமெரிக்காவுக்கு மேல்படிப்புக்குச் சென்றிருந்தேன். நான் வருவதற்குள் காரியம் முடிந்திருந்தது. அப்பா சிறகொடிந்து போயிருந்தது வெளிப்படையாகத் தெரிந்தது. அப்பா சொல்ல சொல்லக் கேட்காமல் படிப்பைப் பாதியிலேயே நிறுத்திவிட்டு இந்தியா திரும்பி விட்டேன். அதற்காக இன்று வரை எனக்கு வருத்தமில்லை. நான் செய்தது சரிதான் என்று அம்மா பரலோகத்தில் நிம்மதியாக இருப்பாள் என்று நான் அடிக்கடி நினைத்துக் கொள்கிறேன். 'தைரியமாயிரு' என்று அம்மா என்னிடம் சொன்ன தில்லை. இந்த ஆம்பிளைகளை நம்பாதே என்று சொன்னதில்லை. இந்த வீட்டில் நீ வைக்கும் ஒவ்வொரு அடியையும் நான் போராடிப் பெற்றது என்று வெளிப்படுத்தியதில்லை. ஆனால் இதையெல்லாம் வீட்டின் மூலை முடுக்குகள் எதிரொலிக்கின்றன. அப்பா என்னிடம் காட்டும் பிரியத்தையும் சந்தேகத்துடன் பார்க்கச் சொல்கின்றன.

நான் வீட்டை அடைந்தபோது அப்பா எங்கோ கிளம்பிக் கொண்டிருந்தார்.

"நாமக்கல் வரைக்கும் போயிட்டு வரேம்மா" என்றார். "தோட்டத்துக்கு ஒரு புது பம்ப் செட் வாங்கணும். நீ ஊர் திரும்பறதுக்காகக் காத்திருந்தேன்."

"நான் போய் வாங்கிட்டு வரேம்பா. நீங்க எதுக்குப் போகணும்?"

“நல்லாயிருக்கு, எனக்கு நேரமிருக்கு, நா போயிட்டு வரேன்.”

“மாணிக்கம்தானே ஓட்டறான் வண்டியை?”

“ஆமாம், அநாவசியமா கவலைப்படாதே.”

“ஐஸ் சாப்பிட்டீங்களாப்பா?”

“ஆச்சும்மா, நா கிளம்பறேன், அங்க கடையை சாத்திடுவான்.”

“சரி கிளம்புங்க. ராசம்மா, ஒரு பாட்டில் தண்ணி வெச்சிடு கார்லே.”

“வெச்சாச்சுக்கா” என்றான் மாணிக்கம்.

“ ஜாக்கிரதையா ஓட்டு மாணிக்கம்” என்றபடி நான் அப்பா வண்டியில் ஏற உதவி செய்து கதவைச் சாத்தினேன். அப்பா ஏதோ யோசனையில் இருந்தபடி என்னைப் பார்த்துப் புன்னகைத்தார்.

கார் கிளம்பும் வரை நின்று பார்த்து நான் வீட்டிற்குள் திரும்பியபோது ராசம்மா காப்பியை நீட்டினாள்.

“நீங்க இப்பிடி அவங்களை கவனிச்சுக்கறதனாலதான் நீங்க இல்லனா அவங்க அலண்டு போயிடறாங்க. அக்கா கல்யாணமாகி போயிட்டாங்ன்னா என்னங்கய்யா செய்வீங்கன்னு நாங்கூடக் கேட்டேன்” என்றாள்.

எனக்குத் திடீரென்று கோபம் வந்தது.

“ராசம்மா, இனிமே இந்த மாதிரி அசட்டுப் பிசட்டுன்னு அவங்க கிட்ட பேசினே, எனக்கு கெட்ட கோபம் வரும்!” ராசம்மா மெல்லிய வியப்புடன் என்னைப் பார்த்தாள்.

“நா ஒண்ணும் தப்பா சொல்லலீங்களே.”

“தப்போ ரைட்டோ, இது அதிகப்பிரசங்கித்தனம். பேசக்கூடாது இனிமே, தெரியுதா?”

“பேசிலீங்க இனிமே.”

நான் காபியை எடுத்துக் கொண்டு தோட்டத்து பெஞ்சில் அமர்ந்தேன். இன்னமும் கோபம் அடங்காமல் மார்பு படபடத்தது.

'முட்டாள் முட்டாள்' என்று அடிமனத்தில் சபித்தேன்.

'தப்பா சொல்லிலீங்களே...'

உனக்கென்ன கரிசனம்? வாங்குகிற சம்பளத்துக்கு இரண்டு வேளை பொங்கிப் போட வேண்டியது உன் வேலை. அதற்கு மேல் பேச உனக்கு என்ன யோக்கியதை? அதைச் சொல்லி என்ன சாதிக்கப் போகிறாய்?

நான் சட்டென்று என்னை நிதானப்படுத்திக் கொண்டேன். ராசம்மா அப்படித்தான் பேசுவாள். அவள் மேல் ஆத்திரப்படுவதில் எந்த அர்த்தமும் இல்லை. 'உன் பிடிவாதத்தைத் தளர்த்தலேன்னா, நீ தனியாத்தான் இருப்பே' என்ற சிவாவின் மேலும் ஆத்திரப்பட முடியாது. இறந்து போன என் அம்மாவின் மேல் எனக்கு ஆத்திரம். என் மேல் அவள் ஏற்றிவிட்டு சென்றிருக்கும் சுமைக்காக. ராணி போல் வளைய வந்தவள் ஒருநாள் அந்திப் பொழுதில் நடுமுற்றத்துத் தூணில் எதுவுமே இல்லாத பரதேசியைப் போல சாய்ந்து மாய்ந்து போன தருணத்தில் என்னுள் மூட்டிவிட்ட ஜுவாலைக்காக. ஆமாம், விசித்திரம்தான். எல்லாவற்றிற்கும் காரணமான அப்பாவின் மேல் எனக்கு ஆத்திரம் ஏற்படாதது விசித்திரம்தான்.

3

அப்பாவின் மேல் ஆத்திரம் வராதது மட்டுமல்ல, என் மீது அவருக்கு எந்தவிதமான அதிருப்தியும் வரக்கூடாது என்பது எனக்கு அதி முக்கியப்படுவதும் விசித்திரம்தான். இதற்கெல்லாம் மனோவியல் ரீதியாக விளக்கம் தேட எனக்குத் தயக்கமாக இருக்கிறது. உண்மையில் தேட வேண்டிய அவசியம் கூட இல்லை. என்னுடைய மனோநிலைக்கான காரணம் எனக்கு விளங்குகிறது.

அதுவே என்னை பலவீனப்படுத்துகிறது. அப்பாவுக்கு எனது தகுதியை நிரூபித்துக் காட்ட வேண்டும் என்கிற வெறியை இந்த பலவீனமே ஊக்குவிக்கிறது. சிக்கலான கேஸ்களை அநாயாசமாக முடித்த எக்களிப்புடன் நான் வீடு வந்து சேர்ந்ததும் அதை அப்பாவிடம் பகிர்ந்து கொள்ள முற்படும்போது அவர் நெற்றியில் நெளியும் சிந்தனைக் கோடுகள் என்னைத் துவளச் செய்கின்றன. சின்ன வயசிலிருந்தே அவரது பார்வையும் அதில் ஒளிந்திருந்த ஏமாற்றமும் என்னைக் குற்றவாளியாக்கியிருக்கின்றன. அதிலிருந்து விடுபடும் முயற்சியாகவே எனது வாழ்நாள் முழுவதும் கழியப் போகிறது என்கிற அச்சம் என்னை வாட்டுகிறது. "அது இன்ன படிப்புடி பொட்டப்புள்ளெக்கி?" என்று என் அப்பாவை பெற்ற அம்மா பரிகசித்த போதெல்லாம் கோபத்தில் நான் வெடித்ததன் காரணம் இப்போது புரிகிறது. ஒவ்வொரு வகுப்பிலும் முதல் ராங்க் வாங்கிப் பெருமையுடன் பிராக்ரெஸ் ரிப்போர்ட்டை அப்பாவிடம் காட்டும்போது அப்பாவின் அதரங்களில் புன்னகை விரியும். என் தலையை அவர் மெல்ல கோதிவிடும் போது பனிமழையில் நனைந்தது போலிருக்கும். அவரது சாம்ராஜ்யத்தில் எனக்கும் இடமுண்டு என்கிற நம்பிக்கை துளிர்க்கும். துளிர்த்த வேகத்தில் அம்மாவும் பாட்டியும் மண்ணைத் தூவி அமுக்குவார்கள்.

"இந்தப் பட்டத்தை நெத்தியில் ஒட்டிக்கோ. நாளைக்குக் கையைப் புடிக்கப் போறவன் சோறாக்கத் தெரியுமான்னு தான் கேக்கப் போறான். அந்த விஷயத்தில் நான் ஃபெயிலுன்னு சொல்லு, கிட்ட வரமாட்டான்."

இந்த வார்த்தைகளுக்காக நான் அவர்களை சபித்திருக்கிறேன். ஈவிரக்கமற்றவர்கள் அவர்கள் என்று எனக்குள் கெட்ட வார்த்தை சொல்லி திட்டியிருக்கிறேன். இரவு தலையணையெல்லாம் நனையும்படி கண்ணீர் விட்டிருக்கிறேன். "காலேஜ்ல சேரத்தான் போறேன்" என்று நான் எனது பதினேழாவது வயதில் சமையல் கட்டில் தோசையை சாப்பிட்டபடி சொன்னபோது அம்மா அது

ஏதோ ஹாஸ்யம் போலச் சிரித்தாள். இதற்காக அம்மாவை இன்றுவரை என்னால் மன்னிக்க முடியவில்லை. மிக சுலபமாக முடியவேண்டிய விஷயங்களுக்கெல்லாம் நான் போராடும் படியாக முட்டுக்கட்டைகளை ஏற்படுத்திய பாட்டியையும் இதற்கு ஒத்து ஊதிய அம்மாவையும் நினைத்தால் இதனாலயே இன்னமும் ஆத்திரம் வருகிறது.

"இது வேடிக்கை இல்லேம்மா!" என்றேன் ஆத்திரத்தோடு. இனம்புரியாத அவமான உணர்வில் கண்ணில் நீர் தளும்பிற்று.

"இந்தாடி வெட்டிப் பேச்சுப் பேசாதே" என்றாள் பாட்டி. "நீ படிச்சு இங்கே யாருக்கும் ஒண்ணும் ஆகப்போறதில்லே. ஆம்பிளையா மாறிட முடியாது. பேசாம கெட!"

இதில் இருந்த குரோதமும் கொடூரமும் என்னைத் தடுமாற வைத்தன. பாட்டியின் கழுத்தை நெரிக்க வேண்டும் என்று அந்தக் கணம் ஏற்பட்ட ஆத்திரம் எனக்கு இன்னும் நினைவுக்கு வருகிறது. அதற்குப் பிறகு நான் மேற்கொண்ட உண்ணாவிரதத்தில் பலவீனப்பட்டு நான் மேலே படிக்கலாம் என்று அப்பா எடுத்த முடிவுக்கு இணங்கினார்கள், அம்மாவும் பாட்டியும். அந்தக் கும்பலில் அப்பாவே எப்பவும் பெருந்தன்மையுள்ளவராக தோன்றியிருக்கிறார். அதனாலயே அவருடைய முழுகவனத்தையும் பெற வேண்டும் என்கிற பேராசை என்னை செயல்படுத்திற்று. வெறும் கவனத்துக்கான, பாராட்டுக்கான ஏக்கம் மட்டுமில்லை. அது அங்கீகாரத்துக்கான ஏக்கம் என்று இப்போது விளங்குகிறது.

அந்த ஏக்கத்தை நான் இன்னும் சுமப்பதுதான் வேடிக்கை. இதை யாராலும் புரிந்து கொள்ள முடியாது என்று தோன்றுகிறது. கிட்டத்தட்ட மகாபாரதத்தின் சிகண்டியைப் போல நீ ஆணையிட முடியாது என்று பாட்டி நையாண்டி செய்யும் போது நான் ஒரு இரண்டும் கெட்டான் என்ற பரிதவிப்பு எனக்கு ஏற்படுகிறது. என் பலத்தை காட்டுகிறேன் பார் என்ற வீம்பு ஏற்படுகிறது. அதனால்தான் சிவா சாபமிடுகிறான். "நீ தனியாவேதான் இருப்பே." இந்தத் தனிமை

எனது ஜனனத்திலிருந்தே தொடர்வது எனக்கு மட்டுமே தெரியும். நான் நானாக இருப்பது மட்டும் போதாது. அதற்கு மேற்பட்ட பரிணாமம் எனக்குத் தேவை. அதை நான் ஏற்படுத்திக் கொண்டாக வேண்டும். நிரூபித்தாக வேண்டும். இது வெறும் ஆசையாகவோ, கனவாகவோ இல்லை. என்னுள் சதா சர்வகாலமும் கனன்று கொண்டிருக்கும் ஜுவாலை. அதில் எனது வேறு பல ஆசைகளைப் பொசுக்கவும் தயங்கமுடியாது.

இருள் விரிய ஆரம்பித்திருந்த ஒரு மாலைப் பொழுதுதான் என்னுள் இந்த பிரக்ஞை ஏற்பட்டது. சென்னையில் ஹாஸ்டலில் தங்கிப் படித்துக் கொண்டிருந்த நான் திடீரென்று கிடைத்த இரண்டு நாள் விடுமுறையில் ஊருக்கு வந்தேன். நான் வருவது தெரிந் திருந்தால் அப்பா சேலம் ஜங்ஷனுக்குக் கார் அனுப்பியிருப்பார். எல்லாருக்கும் நான் அளிக்கப் போகும் இன்ப அதிர்ச்சியைக் கற்பனை செய்தபடி பஸ்ஸில் பயணம் செய்வது சுவாரஸ்யமாக இருந்தது. ஊரை நெருங்க நெருங்க, அந்தக் காற்றும், அந்த மண்ணின் மணமும் நாடி நரம்பையெல்லாம் மீட்டிவிட்டன. நெடுஞ்சாலையை ஒட்டினாற் போலவே இருந்த அப்பாவுக்குச் சொந்தமான வயல் வரப்புகள் சமீபத்திய மழையினால் பச்சைப் பசேல் என்றிருந்தது. எனக்குப் பரிச்சயமான பள்ளத் தெரு பெண்கள் களை பிடுங்கிக் கொண்டிருப்பது தெரிந்ததும் உற்சாக மேலீட்டில் என் அருகில் அமர்ந்திருந்த பெண்ணிடம், "இது எங்க நிலம்" என்றேன். அவள் என்னை விநோதமாகப் பார்த்தாள். "கண்ணால மாயிடுதா?" என்றாள் அநாவசியமாக. எனக்கிருந்த உற்சாகத்தில் கோபம் வரவில்லை. அந்த நிலப்பரப்பு முழுவதும் ஒவ்வொரு அங்குலமும் எனக்குப் பரிச்சயமானது.

அங்கு வேலை செய்யும் எல்லாரும் பெயரைச் சொல்லிக் கூப்பிடும் அளவுக்கு நெருக்கமானவர்கள். நாளைக்கு அப்பாவின் ஸ்தானத்தில் என்னை இருத்தி வாழப் போகிறவர்கள். நான் வீடு போய் சேர்ந்தபோது எதிர்பாராது வந்த என்னை அம்மாவும் பாட்டியும் கட்டித் தழுவப் போகிறார்கள் என்று நினைத்தேன்.

அப்பாவின் முகத்தில் தோன்றப் போகிற சந்தோஷத்தைக் கற்பனை செய்தபடி காம்பவுண்டுக்குள் நுழைந்தபோது அப்பாவின் கார் இல்லாதது ஏமாற்றமாக இருந்தது. தோட்டக்கார முனியப்பன் என்னைப்பார்த்து வியப்பு எதுவும் காட்டாமல் சுரத்தில்லாமல் வா என்பது போல் தலையசைத்தான்.

“எல்லாரும் எங்கே?” என்றேன் என் ஏமாற்றத்தை மறைத்தபடி. உள்ளே என்று அவன் சைகை காண்பித்தான். இருள் விரிய ஆரம்பித்துவிட்ட நேரம். இன்னும் விளக்கேற்றப்படாமல் சூன்யம் பிடித்தாற்போல் இருந்த வீட்டிற்குள் நுழையும்போது எனக்குக் காரணம் புரியாமல் அடிவயிற்றைக் கலக்கிற்று. அப்பா வுக்கு உடம்பு சரியில்லையோ? ஆஸ்பத்திரியில் இருக்கிறாரோ? அதுதான் வாசலில் வண்டி இல்லையோ?

‘அம்மா’ என்று அழைத்தபடி நான் என் கைப்பையை சோபாவில் எறிந்து விட்டு ஒவ்வொரு கட்டிலும் விளக்கை ஏற்றிக் கொண்டே விரைந்தேன். திறந்த நடுமுற்றத்தில் சாம்பல் நிற ஒளியில் கருமை நிழலாட தூணில் சாய்ந்தவாக்கில் முற்றத்தில் கால்களை நீட்டி அமர்ந்திருந்த உருவம் அம்மாவினுடையது என்று விளங்க எனக்கு சற்று நேரம் பிடித்தது. அழுதவள் போல் முகம் கன்னிச் சிவந்திருந்தது. அந்த ஒரு நொடியில் உதித்த பயங்கரக் கற்பனை களின் பீதியில் நான் நிலை குலைந்து போனேன்.

“அம்மா, என்னம்மா? என்னாச்சு?” என்று நான் அவள் தோலை உலுக்கியபோது அவள் திடுக்கிட்டு என்னைப் பார்த்துப் பேந்தப் பேந்த விழித்தாள்.

“நீ எப்படி வந்தே? அப்பா வரச் சொன்னாங்களா?”

“இல்லையே” என்றேன் குழப்பத்துடன்.

“என்ன விஷயம்? அப்பாவுக்கு என்ன?”

“அவருக்கு ஒண்ணும் இல்லே. நல்லாத்தான் இருக்காரு” என்றாள் தலையைக் குனிந்தபடி “ மணையிலே உக்காத்தலாம் போல.”

இதுவரை நான் பார்த்திராத கசப்பு வெளிப்பட்டது. அந்த நையாண்டியில் நிறைய கோபமும் புதைந்திருந்தது தெரிந்தது. இது எனக்குத் தெரியாத அம்மா. அப்பா கிழித்தக் கோட்டைத் தாண்டாதவள். அவரை மகிழ்விப்பதே வாழ்க்கைக் குறிக்கோளாக, எல்லையாகக் கருதி வந்தவள். அவளுக்குச் சொந்த விருப்பு வெறுப்பு இருக்குமா என்பதே எனக்குச் சந்தேகம். அப்பாவுக்குப் பிடித்தது பிடிக்கும். பிடிக்காதது வேண்டாம். அப்படிப்பட்டவள் இப்படிப் பேசுவதன் காரணம் புரியாமல் எனக்கு எரிச்சல் ஏற்பட்டது.

"என்ன விஷயம் சொல்லு" என்றேன் பொறுமை யில்லாமல்." என்னைக் குழப்பாதே."

"நானாடி குழப்பறேன்" என்றாள், சரேலென்று என் கையைத் தோளிலிருந்து விலக்கி. துக்கம் துருத்திக் கொண்டு வந்ததில் உதடுகள் துடித்தன. "உங்கப்பாவைப் போயி கேளு. மணையிலே உக்காந்துக்க ஆசைப்படறாரு. இன்னொரு கல்யாணத்துக்கு ஏற்பாடு நடக்குது!"

"என்னது?" என்றேன் நான் அதிர்ந்து. நம்பமுடியாத அபத்தமாக இருந்தது. "அப்பாவுக்கா? ரெண்டாம் கல்யாணமா?"

ஆமாம் என்பது போல தலையாட்டினாள். எனக்கு சிரிப்பு வந்தது.

"அம்மா யாரோ சரடு திரிச்சி விடறாங்க. அதைப் போய் நீயும் நம்பறியே? அப்பா அப்படியெல்லாம் செய்யக் கூடியவர் இல்லை."

அம்மாவின் கண்களிலிருந்து பொலபொலவென்று நீர் வந்தது.

"நானும் அப்படித்தாண்டி நம்பினேன். இப்படி மோசம் பண்ணுவாங்கன்னு நான் சத்தியமா நினைக்கல்லே. ஆனா இது உண்மை. ஊர்க்காரங்கெல்லாம் அவங்க மனசைக் கலைச் சுட்டாங்க. கரைப்பார் கரைச்சா கல்லும் கரையுங்கறது சரிதான்."

எனக்கு இப்பவும் நம்ப முடியாத அபத்தமாக இருந்தது.

"எதுக்காக? எதுக்காக ரெண்டாங் கல்யாணம்?"

அம்மா மூக்கைச் சிந்தி தலைப்பால் துடைத்துக் கொண்டே சொன்னாள்.

"ஆண் வாரிசு வேணுமாம்."

எனக்கு மீண்டும் அதிர்ந்தது. உடலெல்லாம் தீப்பற்றியது போல் இருந்தது. இதற்காகவா? இத்தனை வருஷங்கள் கழித்தா? என்னுடைய பத்தொன்பதாம் வயதில் இதுநாள் வரை நீ என் மகள் என்கிற எண்ணத்தை உன்னுள் ஏற்படுத்தியதெல்லாம் ஒரு கட்டுக் கதை என்கிறாரா? அந்த உறவுக்கு ஏதும் அர்த்தமில்லை என்கிறாரா? என்னால் நம்ப முடியவில்லை. ஆணாகப் பிறக்காததற்காகத் தண்டனை. ஆணைப் பெறாததற்காகத் தண்டனை. அப்பாவா இதைச் செய்கிறார்? இரண்டாமவளும் பெண்ணையே பெற்றாள் என்ன செய்வார்? அவளையும் துரத்துவாரா? இத்தனைக் கொடூரமாக அப்பாவைப் பற்றி என்னால் நினைக்க முடியவில்லை. ஊரார் பேச்சைக் கேட்டுக் கொண்டு இரண்டாம் கல்யாணத்துக்கு சம்மதிக்கிறார் என்பது மிகக் கேவலமாகத் தோன்றிற்று. எங்கள் மீது இருக்கும் பிடிமானத்தை உதறித் தள்ளும் அளவுக்கு அவர் ஆண் வாரிசுக்கு ஏங்குகிறார் என்பது எனக்கு ஜெயிக்க முடியாத சவாலாக இருந்தது. நானும் அம்மாவும் நிராயுதபாணிகளாக ஆக்கப்பட்டது போல ஆத்திரம் வந்தது. அவருடைய மனைவி என்கிற மெதப்பில் ராணி மாதிரி வளைய வந்த அம்மா, அவள் தெய்வம் என்று வழிபட்டது வெறும் கல்லாகிப் போன அதிர்ச்சியிலும், எதிர்காலம் எப்படியிருக்குமோ என்ற பீதியிலும் துவண்டு கிடப்பது கண்டு நான் அவமானத்தில் குன்றிப் போனேன். அடக்க முடியாத ஆத்திரத்துடன் அப்பா வீடு திரும்புவதற்காகக் காத்திருந்தேன். அவரிடம் என்னவெல்லாம் சொல்லிக் கத்தினேன் என்று ஞாபகம் கூட இல்லை இப்போது. அந்தக் கோபமும், அதிர்ச்சியும் துக்கமும் தான் ஞாபகம் இருக்கின்றன.

இரண்டாந்தாரத்துக்கும் ஆண் பிறக்கல்லேன்னா என்ன செய்வீங்க? மூணு நாலுன்னு கட்டிக்கிட்டேப் போவீங்களா? உங்களை நம்பி வந்த எல்லாப் பெண்களையும் நடுத்தெருவிலே நிறுத்துவீங்களா? என்று கேட்டது நினைவிருக்கிறது. என்னை 'நீ என் மகள் இல்லே'ன்னு சொல்லிருங்க பார்க்கலாம் என்று சவால் விட்டு அழுதது நினைவிருக்கிறது. பெரிய யுத்தம் செய்த களைப்பு என்னை ஆட்கொண்டது நினைவிருக்கிறது.

முடிவில் மறு திருமண விஷயத்தை அப்பா கைவிட்டு விட்டதாக சொன்னபோது சந்தோஷமேற்படவில்லை. மனத்தில் ஏற்பட்டுவிட்ட கசப்பை மறக்க முடியவில்லை. புண்ணைத் தேற்ற முடியவில்லை. அம்மாவிடம் ரோசத்தை எதிர்பார்த்தேன். ஆனால் முன்பை விட அதிக விசுவாசத்துடன் அப்பாவிடம் குழைந்தாள். இழந்த சொர்க்கம் மீண்டுவிட்டதைப் போல ஆசுவாசப் பெருமூச்சு விட்டாள். நடுத்தெருவில் நிற்கப் போகும் பயத்திலிருந்து மீண்டதே அவளை ஆயுசுக்கும் அப்பாவிடம் நன்றிக்கடன் பட வைத்தது.

ஆனால் அப்பாவால் எப்படி அப்படி ஒரு ஏற்பாட்டுக்கு இணங்க முடிந்தது என்ற கேள்வி இப்பவும் என்னை சஞ்சலப் படுத்துகிறது.

நாமக்கல்லுக்குக் கிளம்பிப் போன அப்பா இன்னும் வரவில்லை. அவரது மேஜையில் இருந்த டைம் பத்திரிகையை எடுத்து படிக்க ஆரம்பித்தேன்.

ஓ.ஜே.சிம்ப்ஸன் வழக்கின் முடிவைப் பற்றின கட்டுரையில் நான் சுவாரஸ்யமாக ஆழ்ந்திருந்தபோது "பூஜைக்கு வர்றீங் களாம்மா?" என்றாள் பாவாயி.

நான் நிமிர்ந்தேன். பாவாயி தலைக்குக் குளித்து, துவைத்த புடவையில் பளிச்சென்றிருந்தாள். மஞ்சள் பூசிய உலர்ந்த தாடைகளில் நெற்றியிலிருந்த அகன்ற குங்குமம் சோபையேற்றி யிருந்தது.

"என்ன பூஜை?" என்றேன் பத்திரிகையிலிருந்து விடுபடாமல்.

"இன்னிக்கு அமாவாசை இல்லீங்களா?" என்று பாவாயி நினைவுபடுத்தினாள். "எல்லாரும் வந்துட்டாங்க. உங்களுக்காகத் தான் காத்திருக்கோமுங்க."

கட்டுரை என்னை முழுதும் ஆட்கொண்டிருந்தது. "ஓ, சரி நீ போ, வரேன்" என்று எழுந்தேன் மனசில்லாமல். ராசம்மாவிடம் கதவைத் தாழ்போட்டுக் கொள்ளச் சொல்லிவிட்டு நான் க்ளினிக்குக்கு கிளம்பி தோட்டத்தை அடைந்தபோது மங்கம்மா ஆவியின் சின்னமாக இருந்த கல்லைச் சுற்றி தோட்டக்கார முனியப்பனிலிருந்து மீனாட்சி வரை பயபக்தியுடன் நின்றிருந் தார்கள். பாவாயி கல்லையும் குளிப்பாட்டியிருந்தாள். மஞ்சள் பூசப்பட்டு குங்குமம் அகலமாக இடப்பட்டிருந்தது. தலையில் பந்தாக மல்லிச்சரம். அகல் விளக்கு அணையாமலிருக்க தென்னங்கீற்றுகளை அண்டக் கொடுத்து நிறுத்தியிருந்தாள். பாலும், பழமும், தேங்காயும், அகில் புகையுமாக மங்கம்மா என்பது கற்பனை சிருஷ்டியில்லை என்ற பிரமையை ஏற்படுத்திற்று. மீனாட்சி குலவை ஒலி எழுப்பியதும், பாவாயி சூடம் கொளுத்த, அது எழுப்பிய பிரகாசத்தில் அவளுடைய முகம் சுற்றிலுமிருந்த இருளில் அனுமானுஷ்யமாக ஒளிர்ந்தது. எல்லாரும் கன்னத்தில் போட்டுக் கொண்டார்கள். "மங்கம்மா தாயீ" என்று உரத்த குரல் எழுப்பி பாவாயி ஏதோ புரியாத வார்த்தைகளை முணுமுணுத்து கை கூப்பி வணங்கியபோது அவள் கண்களில் நீர் நிறைந்து கன்னத்தில் உருண்டது. அந்தக் கண்ணீரும் இவர்களாக சிருஷ்டித்த ஒரு கதாபாத்திரத்தைச் சுற்றி ஏற்படுத்திக் கொள்ளும் ஹிஸ்டீரியாவும் ஆரம்ப காலத்தில் எனக்கு எரிச்சலை ஏற்படுத்தியிருக்கின்றன. சினிமாவைக் கண்டு அழும் ரகம் என்று சலித்துக் கொண் டிருக்கிறேன். ஆனால் கடந்த சில வருஷங்களாக இவர்களுள்

ஒருத்தியாக நான் மாறிப்போனது போல் உணர்கிறேன். பட்டணத்து வாசமும், உயர் படிப்பும், பொருளாதார சிக்கலில்லாத வாழ்வும் என் மேல் போர்த்திய நாசுக்கு லேயர்களெல்லாம் ஒவ்வொன்றாக கழன்று போனது போலத் தோன்றுகிறது. "மங்கம்மா தாயீ" என்று கூப்பிட்டு இவர்கள் கண் கலங்குவது ஒட்டுமொத்த பெண் குலத்துக்காக என்று நான் புரிந்து கொள்கிறேன். "நாம் பட்டக் கஷ்டத்தை சொன்னேன்னா உங்க தங்க முகம் சோர்ந்திரும்" என்று அந்தக் கிழவிப் பாடியபோது எல்லாரும் கண்கலங்கினது போல உடன்கட்டை ஏறினதாகச் சொல்லப்படும் மங்கம்மா சந்தோஷமாகச் செத்திருக்கமாட்டாள் என்று இவர்களுக்குத் தெரியும்.

கமலினி ராஜஸ்தான் ராஜவம்சப் பெண்களைப் பற்றிச் சொல்வாள். சென்ற நூற்றாண்டில் உடன்கட்டை ஏறிய பெண்கள் சிதையில் ஏறுவதற்கு முன் அந்தப்புரத்துப் பாதையைக் கடக்கும் வழியில் இருக்கும் சுவர்களில் எண்ணெய் தடவிய தங்கள் உள்ளங்கைகளை பதித்துக் கொண்டே போன சுவடு இன்னும் இருப்பதாகச் சொல்வாள். அதற்கு என்ன அர்த்தம் என்று புரொபசர்தனமாகக் கேட்பாள். பாவாயி மாதிரி ராஜஸ்தானிலும் பல பாவாயிகள், பல மங்கம்மாக்களை உருவாக்கியிருப்பார்கள், வாய் திறக்காமல் உயிர்ப் பலி கொடுக்க நேர்ந்த அவர்களுக்காக வாய்விட்டு அழுவார்கள் நிச்சயம். இதுதான் கமலினியின் கேள்விக்கு விடையாக இருக்க வேண்டும். மாஜி மனைவியையும், அவளது காதலனையும் கொலை செய்ததாகக் குற்றம் சாட்டப் பட்டு கடைசியில் நிரபராதி என்று விடுவிக்கப்பட்ட கறுப்பர் ஓ.ஜே.சிம்ப்ஸன் ஞாபகம் திடீரென்று வந்தது. உண்மையாகவே நிரபராதியா அல்லது கறுப்பர்-வெள்ளையர் விவாதத்தினால் தப்பித்தாரா? பாவாயிக்கு நிறப் பிரச்சினை புரியாது. ஆனால் உள்ளார்ந்த ஆதங்கத்துடன், இறந்து போன மாஜி மனைவிக்குக் கல்லை எழுப்பினாலும் எழுப்புவாள். படைக்கப்பட்ட பாலும் பழமும் எல்லாருக்கும் விநியோகிக்கப்பட்டது. நிஜமாகவே ஓர்

அமைதி கவிந்திருந்தது. எல்லார் முகத்திலும் பாரத்தை இறக்கி வைத்த மாதிரி. பாவ மூட்டைகளை இறக்கி வைத்த மாதிரி. மங்கம்மா தாயி ரட்சிப்பாள். என்னையும் உள்பட.

4

முனியப்பன் எனக்கு துணை நிற்க எல்லாப் பெண்களும் ஆட்கொண்டவர்களைப் போல பாவாயியின் பின் கலைந்து சென்றார்கள். பதினைந்து நாட்களுக்கு ஒருமுறை இவர்களாக ஏற்படுத்திக் கொண்டிருக்கும் இந்தச் சடங்கின் மூலம் இவர்கள் தேடிக் கொள்ளும் வடிகாலுக்கு இருக்கும் மகத்துவம் எந்த சைகோதெரபிக்கும் இருக்காது என்று நான் ஒவ்வொரு முறையும் நினைத்து ஆச்சரியப்படுகிறேன். ஒரு கற்பனை ஆவிக்கு சூடம் கொளுத்தும்போது இவர்கள் விடும் கண்ணீரில் எல்லா பிரச்சினைகளும் அதில் கரைந்து போய்விடுவதாக பிரமை ஏற்படுகிறது. பூஜை முடிந்ததும் கலகலவென்று இவர்கள் சிரித்துப் பேசியபடி வெளியேறுவதைப் பார்க்கும்போது, அம்மாவும் வடிகால் எதையாவது வைத்திருந்திருப்பாள். எனக்குத் தெரியாமல். இல்லாவிட்டால் அப்பா கொடுத்த அத்தனை பெரிய அதிர்ச்சிக்குப் பிறகு எல்லாவற்றையும் விழுங்கிக்கொண்டு மூச்சு நிற்கும் தருணம் வரை அப்பாவுக்காக அதிரசம் செய்திருக்க முடியாது. அவ்வளது செய்கைக்கெல்லாம் பொருளாதார நிர்பலம்தான் என்று அறிவார்த்த விளக்கம் கொடுக்க எனக்கு வரவரத் தயக்கமாக இருக்கிறது. அன்பின் நிராகரிப்பு என்பது அதைவிடப் பெரிய அதிர்ச்சியாக இருந்திருக்க வேண்டும் என்று தோன்றுகிறது. அதனாலேயே தனது அபிரிமிதமான அன்பைக் காட்டி அப்பாவை பலவீனமாக்கினாள் என்று நினைக்கிறேன். தனது உரிமையை அப்படித்தான் நிலை நாட்டினாள் கடைசியில். ஏனென்றால் அதுதான் அவளுக்குத் தெரிந்த வழி.

அம்மாவுக்கும் எனக்கும் ஒரு தலைமுறை வித்தியாசம். அவளுக்கு இருந்த நிர்ப்பந்தங்கள் எனக்கு இல்லை. அடுத்த இரண்டு தலைமுறைகளுக்கு நான் சம்பாதித்து வைக்கும் அளவுக்கு படிப்பும் திறமையும் எனக்கு இருக்கிறது. ஆனால் அம்மா எதையோ நிரூபிக்கத் துடித்ததற்கும் நான் ஏதோ எதிர்பார்த்து எடுத்து வைக்கும் அடிக்கும் அதிக வித்தியாசமில்லை என்கிற உணர்வு சிலசமயங்களில் என்னைத் தடுமாற வைக்கிறது. அம்மா தனியாக போரிட்ட மாதிரி நானும் போராட வேண்டும்- தனியாக- என்று தோன்றுகிறது.

"தனியாத்தான் இருப்பே கடைசியிலே" என்ற சிவாவின் வார்த்தைகள் மீண்டும் நினைவுக்கு வந்தன. அப்படித்தான் என்னால் ஜெயிக்க முடியும் என்றால் தனிமை எனக்குப் பெரிய விஷயம் இல்லை என்று நினைத்துக் கொண்டேன். உனக்கு ஒரு இலக்கு என்றால் எனக்கும் ஒன்று. நடைமுறையில் இல்லாதது என்று நீ சொல்கிறாய். அதை நடைமுறைக்கு கொண்டு வருகிறேன் என்கிறேன் நான். உனக்கு அதில் விருப்பமில்லையா நடையைக் கட்டு.

"ஐயா இன்னும் வர்லீங்களாம்மா?"

நான் திடுக்கிட்டு சுயநினைவுக்கு வந்தேன். அடிவயிற்றைக் கப்பென்று கவலை கவ்வியது. அப்பாவின் காரைக் காணோம். கைக்கடிகாரம் மணி ஒன்பதைக் காட்டியது.

"என்ன வேணுமோ நா போய் வாங்கிட்டு வரேன். நீங்க அலையாதீங்கன்னு சொன்னேன். கேக்கலே, போயிருக்காங்க" என்றேன் அலுப்பும் கவலையுமாக.

"பம்பு செட்டில்ல வாங்கப் போயிருக்காங்க" என்றான் முனியப்பன்.

"ஆமாம், அதனால? நா வாங்க மாட்டனா?"

"அது எப்படிங்க? உங்ககிட்ட இந்த வேலையெல்லாம் விடறது?"

"ஏன் கூடாதா? நர்சிங்ஹோம் கட்டட வேலையெல்லாம் மேற்பார்வை பாக்கலையா?"

"அதெல்லாம் சரிதான். அதுக்கும் ஒரு லிமிட் இருக்குல்ல?"

நான் எரிச்சலுடன் பேசாமலிருந்தேன்.

"மருமகப்பிள்ளை வந்தார்னு வெச்சுக்குங்க, அவங்களைச் சொல்லலாம்" என்று முனியப்பன் தீர்வு சொன்னான்.

நான் சிரித்தேன்.

"அப்பாவுக்கு எடுபிடி வேலை செய்ய ஒருத்தன் வருவான்னு நினைக்கிறியா?"

"எடுபிடி ஆளுன்னு அர்த்தமா அதுக்கு?" என்றான் முனியப்பன் ரோசத்துடன்.

"ஆண்பிள்ளை இல்லாத வீட்டிலே மருமகன் தான் பொறுப்பெடுத்துக்கணும்."

இவனிடம் பேச்சு கொடுத்ததே தப்பு என்று தோன்றிற்று. ஆண்வாரிசு இல்லாத வீட்டில் அதுதான் நியதி என்று அவன் நிச்சயித்துவிட்டது போல் இருந்தது. வேலைக்காரர்கள், எல்லாம் ஒழிந்த நேரத்தில் இதைப்பற்றி தான் பேசிக் கொள்கிறார்கள் என்று தோன்றிற்று. பேச்சரவம் கேட்டு ராசம்மா கதவைத் திறந்தாள்.

"பெரியய்யா வர்லீங்கக்கா!"

"வருவாங்க" என்றேன், என்னையே சமாதானப்படுத்திக் கொள்ளும் யத்தனத்தில், "ஒருவேளை நாமக்கல்லேயே சாப்பிட்டுட்டு வராங்களோ என்னவோ நீ சாப்பிடு ராசம்மா."

"இருக்கட்டும்கா"

"வந்திருவாங்க" என்று முனியப்பன் தைரியம் சொன்னான். "வண்டி ஏதாவது தகராறு பண்ணுதோ என்னவோ."

முனியப்பன் வாசல் வெளியில் உட்கார முற்பட்டதைக் கவனித்து, "நீ போ முனியப்பன், நேரமாவுது" என்றேன்.

"அதெல்லாம் பரவாயில்லை. ஐயா வர்றவரைக்கும் குந்தியிருக்கேன்" என்றான் தீர்மானமாக. "நீங்க போய் சாப்பிட்டுப் படுங்க."

என்னை ரட்சிப்பது ஆண்பிள்ளையான தனது வேலை என்று இவன் தீர்மானித்த பிறகு இவனை அசைக்க முடியாது என்று நினைத்தபடி நான் உள்ளே சென்றேன். அப்பா குழந்தையாக இருந்தபோது இவனுடைய அப்பா தோட்ட வேலை பார்த்தார். இவனும் அப்பாவும் விளையாட்டுத் தோழர்களாக கூட இருந்திருப்பார்கள். ஆனால் இன்று வரை மரியாதை கொடுப்பதில் எல்லையைத் தாண்டியதில்லை. அம்மா அப்பாவிடம் காட்டிய வித்தியாசத்துக்கும், அவர்கள் காட்டும் விசுவாசத்துக்கும் அடிப்படை சித்தாந்தம் ஒன்றுதான் என்று தோன்றுகிறது. சோற்றுக் கடனை மீறி ஏதோ ஒன்று அவர்கள் உருவாக்கிக் கொண்ட அரண், தற்காப்புக்காக – அதுவே தகர்க்கப்படலாம் என்ற பயத்தினாலா?

நானும் சாப்பிடா விட்டால் ராசம்மா சாப்பிட மாட்டாள் என்ற உணர்வில் சாப்பாட்டு மேஜைக்கு சென்று பெயருக்கு சாப்பிட்டுவிட்டு எழுந்தேன்.

"அப்பாவுக்கு மேஜை மேல மூடி வெச்சிட்டு நீ சாப்பிடு ராசம்மா."

"இன்னும் அரைநேரம் பார்க்கறேங்க்கா."

"உன் இஷ்டம்" என்றபடி நான் என் அறைக்குச் சென்றேன். நடு ஹாலில் இருந்த டி.வி.யில் பழைய எம்.ஜி.ஆர் படம் ஓடிக் கொண்டிருந்தது. ராசம்மா அதில் ஆழ்ந்திருந்தாள். இவளுடைய அம்மா எம்.ஜி.ஆர் பக்தை என்று சொல்லுவாள்.

ராசம்மாவின் அப்பா சின்ன வயசிலேயே இறந்து போனான். "எங்க அப்பாவைப் பத்தி அம்மா பேசாது. எம்.ஜி.ஆர். படத்தைதான் வீடு பூரா வெச்சிருக்கும்" என்று ராசம்மா சிரிப்பாள். அதை யாரும் அக்கம்பக்கத்தில் தப்பாக எடுத்துக் கொள்ளவில்லை

என்று இப்போது ஆச்சர்யப்படுகிறாள். தமிழ்நாட்டு ஏழைப் பெண்களின் பாலியல் ஏமாற்றங்களுக்கெல்லாம் எம்.ஜி.ஆர். உபாஸனை ஒரு வடிகாலாக அமைந்தது என்று சொன்னால் இவளுக்குக் கோபம் வரலாம்.

அறைக்குச் சென்று படுக்கையில் படுத்தபடி மீண்டும் டைம் பத்திரிகையைப் பிரித்தேன். மனசு அதில் பதியாமல் அப்பாவைப் பற்றிய யோசனையிலும் திடீரென்று எட்டிப்பார்த்த சிவாவின் நினைவிலும் அலைபாய்ந்தது. சிவாவின் நினைவு எப்படி வருகிறது என்று புரியவில்லை. முனியப்பன் உளறிக் கொட்டிய வார்த்தைகள் அடிமனத்தை உசுப்பியிருக்கும். அது மட்டுமல்ல, தனிமை என்னை ஆட்கொள்ளும் போதெல்லாம் அவனுடைய வார்த்தைகள் ஞாபகத்துக்கு வருகின்றன ஏதோ அசரீரி வாக்கு போல. அப்படி அவன் என்னை சபிக்க அவனுக்கு என்ன உரிமை இருக்கிறது என்று கோபம் வருகிறது. சென்னையில் அன்று கடற்கரையில் என்னிடம் அப்படிச் சொன்ன பிறகு என்னுடன் அவன் மீண்டும் தொடர்பு கொள்ளவில்லை. ஹைதராபாத்தில் வேலை பார்க்கும் அவன் சென்னையில் நடந்த அந்த இரண்டு நாள் செமினாருக்கு வருவான் என்று நான் எதிர்பார்க்கவில்லை. திடீரென்று அவனை அங்கு பார்த்தபோது சந்தோஷத்தில் மனசு படபடத்ததையும், கன்னங்களில் சூடேறியதையும் நான் மறுக்க முடியாது. என்னைப் பார்த்ததில் அவனுக்கு ஏற்பட்ட சந்தோஷம் முகத்தில் வெளிப்படையாகத் தெரிந்தது. இத்தனைக்கும் இதற்கு முந்தைய சந்திப்பு எனக்கும் அவனுக்கும் இனிமேல் உறவு முடிந்தது என்ற ரீதியில்தான் முடிந்தது.

“ஹலோ மனோ!” என்றான் இவன் சகஜமாக. “எப்படியிருக்கே? அப்பா நல்லாயிருக்காரா?” என்றான்.

அவனுக்குத் திருமணமாகி இருக்கும் என்று நான் நினைத்தேன். இன்னும் ஆகவில்லை என்று அவன் சொன்னது ஒரு அர்த்தமற்ற சந்தோஷத்தைக் கொடுத்தது.

“உனக்கு?” என்றான் ஆவலுடன்.

“இல்லை” என்றேன். அவன் செமினார் விஷயத்தில் கவனம் செலுத்துவது போல் சற்று நேரம் பேசாமல் இருந்தான். பிறகு என்னிடம் திரும்பி” நா உன்னோடு பேசணும் மனோ” என்றேன்.

“இன்னிக்கு சாயங்காலம் பீச்சுக்குப் போய் பேசுவோம். வரியா?”

“வரேன்” என்றேன் தயக்கமில்லாமல்.

“உன்னுடைய எண்ணங்கல்ல ஏதாவது மாறுதல் இருக்கா என்ன?” என்றேன் ஜாக்கிரதையாக.

அவன் தலையைக் குனிந்து கொண்டான்.

“உன்னுடைய நினைவு அடிக்கடி வருது. இன்னும் கொஞ்சம் பேசித் தெளிவாக்கிக்கணும்னு படுது.”

அவன் பொய் சொல்லவில்லை என்று தோன்றிற்று. இது எனக்கு மறைமுக வெற்றி என்ற மெல்லிய சந்தோஷம் ஏற்பட்டது.

“எனக்கு ஆட்சேபம் இல்லே” என்று சிரித்தேன்.

“தாங்க்யூ” என்ற அவன் என் கையை அழுத்திச் சொன்ன போது அவன் உணர்ச்சிவசப்பட்டிருந்தது தெரிந்தது. எம்.பி.பி.எஸ். முடித்து எம்.டி படிக்கும்போதுதான் சிவா எனக்குப் பழக்கமானான். லைப்ரரியில் ஆரம்பித்த சினேகம் நான் எனக்குள் போட்டுக் கொண்ட கட்டுப்பாடுகளையும் மீறி, சுற்றிலுமுள்ளவர்கள் எல்லாம் எங்களை இணைத்துப் பேசும் அளவுக்கு வளர்ந்தது.

ஊருக்கு விடுமுறைக்குப் போயிருந்த போது அம்மாவின் சமையற்கட்டிற்குள்ளும் நுழைந்திருந்தது தெரிந்து அதிர்ச்சி ஏற்பட்டது. அப்போது பாட்டி உயிருடன் இருந்தாள். நான் வளைய வரும்போதெல்லாம் என்னை சந்தேகப் பார்வையுடன் பார்ப்பதை நான் உணர்ந்தேன்.

"என்ன பாட்டி அப்படிப் பார்க்கறீங்க?" என்று கேட்டேன் ஒருநாள் சிரித்தபடி.

"என்னமோ வித்தியாசமாப்படுது" என்றாள்.

"என்ன வித்தியாசம்?"

"உன் நடையே சரியில்ல."

"ஏன், எப்போதும் போலத்தானே நடக்கறேன்.?"

"நடை இப்ப துள்ளுது. வேண்டாததுக்கெல்லாம் சிரிப்பு வருது."

நான் மீண்டும் சிரித்தேன்."ஏன் பாட்டி, அதெல்லாம் தப்பா இந்த வயசிலே?"

"ரொம்ப சின்ன வயசுன்னு நினைப்பாடி உனக்கு. இருபத்து அஞ்சி வயசாகுது. சின்னப் பெண்ணாட்டம் நீ துள்ளினா வித்தியாசமாத்தான் படுது."

நான் அம்மாவைப் பார்த்தேன். சடக்கென்று குனிந்து கொண்டு காய் நறுக்குவதைத் தொடர்ந்தாள். வேண்டாத விஷயத்திற் கெல்லாம் இவர்கள் என் உற்சாகத்தில் மண்ணைத் தூவுவதாக எனக்குக் கோபம் வந்தது.

"என்ன நினைச்சிட்டிருக்கீங்க நீங்கள்லாம்?" என்று குரலை உயர்த்திக் கத்தினேன். "ஹாஸ்டல் சாப்பாடு அலுத்து, நாக்கு செத்து, ஊருக்கு எப்படா வருவம்னு ஏங்கி வரேன். வந்தவளை சிரிக்கறே, துள்ளறேன்னு தப்புச் சொல்றீங்க! சே, என்ன ஜனங்க நீங்க!"

"நீ சிரி, துள்ளு, நாட்டியமே ஆடு, வீட்டு மானத்தை மட்டும் நடுச்சந்திக்கு இழுத்துடாதே!" என்று பதிலுக்குப் பாட்டி கத்தினாள்.

நான் சட்டென்று உஷாரானேன். "யார் வீட்டு மானமும் நடுச்சந்திக்கு வரலே. இஷ்டத்துக்கு பேசாதீங்க. பேசினீங்கன்னா அடுத்த லீவுக்கு நா வீட்டுக்கே வரலே" என்று கோபத்துடன் கத்திவிட்டு என் அறைக்குச் சென்றேன்.

எனக்கு அழுகை வரவில்லை. மாறாக சிரிப்பு வந்தது. என்னுள் இருக்கும் ரகசியம் மகா பொய் பொக்கிஷம் என்று தோன்றிற்று. பாட்டி சொன்னது போல நான் மாறித்தான் போயிருந்தேன். நாடி நரம்பெல்லாம் சுருதி கூட்டி மீட்டியது போல் நாதமாய் இசைந்தன. மூடிய கண்களுக்குள் சினிமா காட்சி போல நானும் சிவாவும் அந்த நாதவெள்ளத்தில் மையமாக நின்றோம். என்னையும், அவனையும் தவிர யாருமே இல்லை. எத்தனை அற்புதமான ஏகாந்தம் அது!

அந்த ஏகாந்தத்தை அம்மாவின் குரல் கலைத்தது. நான் கண்களைத் திறந்து பார்த்தேன். அம்மா என்னையே பார்த்தபடி நின்றிருந்தாள். அதில் இருந்த கவலையும், விசனமும், குழப்பமும் என்னை என்னவோ செய்தன. இயல்பாக இதழ்களில் விரிந்த சிரிப்பு மறைந்தது. நாங்கள் அனுபவிக்காத ஒன்றை அனுபவித்ததற்காக இவர்கள் ஏன் என்னைத் தண்டிக்கப் பார்க்கிறார்கள் என்று எனக்கு சுறுசுறுவென்று கோபம் வந்தது.

“நீயும் வந்துட்டியா எனக்கு உபதேசம் பண்ண?” என்றேன் எரிச்சலுடன். “என்ன ஆயிட்டதுன்னு பாட்டி ஒப்பாரி வெக்கறாங்க?”

“உஷ், மெல்லப் பேசுடி” என்றாள் அம்மா கண்டிப்புடன். பிறகு என்னையே பார்த்தபடி மௌனமாக அமர்ந்திருந்தாள்.

“என்னம்மா? என்ன விஷயம்?” என்றேன் சங்கடத்துடன்.

“ஒண்ணுமில்லே, நீ யாரோடயோ பட்டணத்திலே சினேகமா இருக்கறதா யாரோ வந்து சொன்னாங்க. என் பொண்ணு தப்பு பண்ண மாட்டேன்னு எனக்குத் தெரியும். நா எதுவும் சொல்ல வரலே. ஒண்ணே ஒண்ணு ஞாபகப்படுத்தணும் உனக்கு. ஒண்ணு கெடக்க ஒண்ணு செஞ்சு இந்த வீட்டிலே உனக்கு இருக்குற உரிமையை நீ கோட்டை விட்டுடக் கூடாது. நா படிச்சவ இல்லே. எனக்கு விளக்கமா சொல்லத் தெரியல. அது உனக்கு முக்கியமா இருக்கணும்.”

இதற்கு மேல் பேச ஒன்றுமில்லை என்பது போல் அம்மா எழுந்து போனாள். என்னை அவள் உலுக்கி விட்டது போல் இருந்தது. என் அந்தரங்கத்தில் இவள் எப்படி பிரவேசிக்கலாம் என்று முதலில் பகபகவென்று கோபம் வந்தது. என்னை இமோஷனல் ப்ளாக்மெயில் செய்கிறாள் என்று தோன்றிற்று. அழுகை வெடித்துக் கொண்டு வந்தது. நான் சென்னைக்குத் திரும்பியபோது எனது மனநிலை ஆச்சர்யமாக மாறியிருந்தது.

சிவா எனது நிபந்தனைகளுக்குக் கட்டுபடுவான் என்று நான் எப்படி நம்பினேன் என்று புரியவில்லை. நான் அதை தெரிவித்தபோது அவன் முகத்தில் தெரிந்த வியப்பு, கதை இதோடு முடிந்தது என்று எனக்கு உணர்த்தியது. அவனால் என்னுடைய உணர்வுகளை புரிந்து கொள்ளவே முடியாது என்று அன்று கடற்கரையில் என் கைகளைப் பிடித்தபடி, “நான் உன்னை நேசிக்கிறேன் மனோ” என்று குரல் தழுதழுக்கச் சொன்னபோது வினோதமாகத் தோன்றிற்று. “நீ என்னை நேசிக்கிறது உண்மைன்னா என் விருப்பப்படி நம்ம வாழ்க்கை இருக்கும்” என்று சொல்வது ராஜா ராணி கதைகளில் வரும் ஏழைக் கதாநாயகனிடம் ராஜகுமாரி போடும் நிபந்தனைகளைப்போல அசட்டுத்தனமாகப் பட்டது. “நேசம்னா அதில் சில தியாகங்கள் தேவைப்படும் சிவா” என்று நான் சிரித்தேன்.

“நீதான் அந்தத் தியாகத்தைச் செய்யேன்?” அந்த அளவுக்கு உன்னை நேசிக்கவில்லை என்று சொல்ல எனக்குத் தயக்கமாக இருந்தது. நானாக வளர்த்துக் கொண்டிருக்கும் வேள்வியில் இந்த நேசமும் பாசமும் பஸ்பமாகிப் போகக்கூடியவை என்று சொல்வது என்னை அவனது எதிர்பார்ப்பில் கீழே இறக்கிவிடும் என்று பயமேற்பட்டது. என்னால் யாரையுமே முழுமையாக நேசிக்க முடியாது என்ற இயலாமை என்னை பலவீனப்படுத்திற்று. ஆனாலும் இந்த சுரணையற்ற உடம்புக்கு அவனது அண்மை வேண்டியிருந்தது. அவன் இன்னும் கொஞ்ச நேரம் கையைப்

பிடித்திருக்க மாட்டானா என்று ஏங்கிற்று. இந்த பலவீனத்தை அவன் உணர்ந்து கொண்டவன்போல் அவனும் எனது தாடையை வருடினான். "நாளுக்கு நாள் உன் அழகு கூடுது" என்றான். "நீயும் நானும் சேர்ந்து வாழப் போற வாழ்க்கையை பத்தி தான் தினம் தினம் கனவு காணறேன்" என்று ஆசை காட்டினான். ஆனால் கடைசியில் சிலிர்த்துக் கொண்டு, "என்னால வேற எந்த ஏற்பாட்டுக்கும் ஒத்துக்க முடியாது சிவா, என் நிலைமையை நீ புரிஞ்சிக்கணும்" என்றபோது என் சுயநினைவை இழந்துவிடாத தெம்பில் எனக்கு நிம்மதி ஏற்பட்டது.

"எவனும் வரமாட்டான் இந்த கிராமத்துக்கு" என்றாள் கமலினி. அது உண்மைதான் என்று எனக்குத் தெரியும். உறவுக்காரர்களில் யாரையும் திருமணம் செய்து கொள்ள நான் தயாராயில்லை. "எல்லாரையும் இப்படித் தட்டிக் கழிச்சா எப்படிம்மா?" என்றார் அப்பா ஒருநாள் ஆற்றாமையுடன்.

"இப்படியே இருந்துட்டுப் போறேன். இதனாலே உங்களுக்கு ஏதாவது கஷ்டமா சொல்லுங்க!"

"அது எப்படிம்மா இப்படியே இருக்க முடியும்?"

அப்பா பெரிய குழப்பத்தில் இருப்பார் சற்று நேரத்துக்கு. பல சமயங்களில் 'வேற எதாவது பேசுங்க' என்று நான் கண்டிப்புடன் திசை திருப்ப நேர்ந்திருக்கிறது. ஆனால் அந்தக் கேள்வி அவரை வாட்டுகிறது என்று எனக்குத் தெரியும். சஞ்சலங்களிலிருந்தும் குழப்பங்களிலிருந்தும் இன்னும் என்னால் விடுவிக்க முடியாமல் போனது எனது தோல்வி என்று அவமான மேற்படுகிறது.

சட்டென்று என் புலன்கள் விழித்துக் கொண்டன. வாசலில் கார் உள்ளே நுழையும் ஓசை கேட்டது. நான் விருக்கென்று எழுந்தேன். வண்டி நின்றிருந்தது. மாணிக்கம் பின் கதவைத் திறக்க அப்பா இறங்கிக் கொண்டிருந்தார். முகம் சோர்ந்திருந்தது. நான் வேகமாக அவர் அருகில் சென்று அவர் கையைப் பிடித்துக் கொண்டேன்.

"என்னப்பா ஏன் இவ்வளவு நேரம்?" என்றேன்.

"உள்ளே வா, சொல்றேன்" என்றார் அப்பா சோர்வுடன்.

"என்ன மாணிக்கம், அப்பாவுக்கு உடம்புக்கு ஒண்ணும் இல்லியே?" என்று நான் கேட்டதும்,

"அதெல்லாம் ஒண்ணுமில்லீங்கக்கா" என்றான் மாணிக்கம்.

நான் லேசான நிம்மதியுடன் அப்பாவைத் தொடர்ந்தேன். ராசம்மா டிவியை அணைத்து ஃபானைப் போட்டு அப்பாவுக்காகக் குடிக்கக் குளிர்ந்த நீருடன் நின்றிருந்தாள்.

அப்பா அதை வாங்கி ஒரே வாயில் குடித்தார். சோபாவில் சார்ந்தபடி, "போன இடத்திலே ஒரு சாவுக்குப் போகும்படி ஆயிடுச்சு. அதான் லேட்டு" என்றார்.

"யாரு?" என்றேன் திகைப்புடன்.

"என் சிநேகிதன் பாண்டுரங்கன் இல்லே, நாமக்கல்லுலே திடீர்னு மாரடைப்பிலே சாயந்தரம் காலமாயிட்டான்னு கேள்விப் பட்டேன் அங்க போனா ஒரே குழப்பம். கொள்ளி வைக்க ஆள் தேடறாங்க."

"அவருக்குக் குழந்தைங்க இல்லே?"

"ஒரே மகதான்" என்றார் அப்பா.

5

கிட்டத்தட்ட நள்ளிரவாகிப் போன அந்த நேரத்தில் அப்பா எதிர்பாராமல் என்னைக் குற்றம் சாட்டியது போல் இருந்தது. தலையைக் குனிந்தபடி சோர்வுடனும், ஆற்றாமையுடனும் வெளிப்பட்ட அந்த வார்த்தைகள் என்னைத் தாக்கித் தடுமாறச் செய்தன. இந்தத் தருணத்தை அவர் பயன்படுத்திக் கொண்டு, நீ ஒரு

பூஜ்யம் என்று முகத்திலடித்தாற்போல் எனக்கு அவமானமேற்பட்டது. ஓரிரு விநாடிகளுக்கு எனக்குப் பேச நா எழவில்லை.

"மகதான்னா என்ன அர்த்தம்? அவங்களுக்குப் பிறந்த வதானே?" என் குரல் நடுங்கி சுருதி ஏறியிருந்ததை நான் உணர்ந்தேன். அதைக் கட்டுப்படுத்தத் திராணியில்லை என்று தோன்றிற்று. மாணிக்கமும் முனியப்பனும் கதவருகில் நின்றிருந்தார்கள். அப்பாவின் உத்தரவை எதிர்பார்த்து, ராசம்மா சாப்பாட்டு மேஜையருகில் காத்திருந்தாள். அப்பா சடக்கென்று என்னை நிமிர்ந்து பார்த்தார். பிறகு வாசல் பக்கம் திரும்பி "நீ கிளம்பு மாணிக்கம்" என்றார்.

"முனியப்பனையும் போகச் சொல்லு." அவர்கள் சென்றதும் வாசற்கதவைச் சாத்தச் சென்ற ராசம்மாவிடம், "நா குளிக்கணும். சாப்பிட ஒண்ணும் வேண்டாம். ரெண்டு வாழைப்பழமும், சூடாப்பாலும் வை போதும்" என்றபடி எழுந்தார்.

"சரிங்கய்யா" என்ற ராசம்மாவின் பார்வை என் மேல் பதிந்தது. அதில் தெரிந்த பரிவும் அனுதாபமும் என்னைக் கலவரப்படுத்தின. இந்தப் பரிவினாலேயே இவர்கள் எல்லாருமாகச் சேர்ந்து எனக்குக் குழி வெட்டி விடுவார்கள் என்று தோன்றிற்று. இவர்களின் எதிரில் அப்பாவிடம் அந்தக் கேள்வி கேட்டது அசட்டுத்தனம் என்று நினைத்துக் கொண்டேன். அப்பா எனக்குப் பதில் சொல்லாமல் என்னைக் கடந்து மாடிப்படியில் ஏற ஆரம்பித்தார்.

அப்பா சோர்ந்திருப்பது தெரிந்தாலும் அவரிடமிருந்து பதிலைப் பெற்றே ஆக வேண்டும் என்கிற தீவிரத்துடன் நான் அவரைப் பின்தொடர்ந்தேன். அவரது சோர்வுக்கு திடீரென்று எனக்குக் காரணம் விளங்கிற்று. என்னைக் குற்றவாளியாக்கும் இப்படிப்பட்ட தருணங்கள் என்னுள் ஏற்படுத்தும் சீற்றம் இப்பவும் ஏற்பட்டது. அப்பாவுக்கு முன்னால் சென்று அவருடைய அறையின்

விளக்கை ஏற்றினேன். அப்பா என் பார்வையைத் தவிர்த்தார். சட்டையின் பித்தான்களை அவிழ்த்தபடி,

"நீ படுக்கப் போம்மா" என்றார்.

"என் கேள்விக்கு நீங்க பதில் சொல்லல்லே"

அப்பா லேசாகப் புன்னகைத்தார்.

"அது ரொம்ப அசட்டுக் கேள்விம்மா."

"எப்படி?" என்றேன் ஆத்திரத்துடன்.

அப்பா என்னைப் பார்க்காமல் குளியலறைப் பக்கம் நடந்தபடி சொன்னார்: "மக கல்யாணமாகி வேற குடும்பத்துக்கு போயிட்டவ. அவளுக்கு கொள்ளி வைக்க உரிமையில்லே. காலங்காலமா சில சம்பிரதாயங்களை ஜனங்க வெச்சிட்டிருக்காங்க. அதைப் போய் கேள்விக் கேக்கறது முட்டாள்தனம்."

அப்பா குளியலறைக்குள் நுழைந்து தாழ்ப்பாள் போட்டுக் கொண்டார். சிறிது நேரத்தில் ஷவரின் ஓசை கேட்டது. மேற்கொண்டு அங்கு நிற்பதில் எந்த பிரயோஜனமுமில்லை என்று நான் என் அறைக்குச் சென்று படுத்தேன்.

கல்யாணமாகி வேற குடும்பத்துக்குப் போகாம இருந்தா கொள்ளி வச்சிருப்பாளா? அப்பா எனக்காக அப்படி நாசூக்காக சொன்னார் என்று தோன்றிற்று.

'காலங்காலமா ஜனங்க நம்பிட்டு வராங்க.' நீங்க நம்பறீங்களா? நீங்க எனக்கு அந்த உரிமையைக் குடுப்பீங்களா? ஊர் உலகம் நீங்கள் சவமாகக் கிடக்கும் சமயத்தில் 'மகதான்' என்று என்னையும் ஒன்றுமில்லாதவளாக்கி உங்களையும் அநாதைப் பிணமாக்கிவிடுமா? அந்தச் சிறுமைக்கு நாம் இருவரும் ஆளாக்கப் படுவோமா? அதற்கு நீங்கள் ஒப்புக் கொள்வீர்களா, ஊருடைய சம்பிரதாயத்தைக் கேள்வி கேட்பது அசட்டுத்தனம் என்று?

அப்பாவின் இன்றைய பேச்சும் அரைகுறைப் புன்னகையும் எனக்கு ஏமாற்றத்தை அளித்தன. ஷவருக்கடியில் நிற்கையில் இப்படிப்பட்ட இக்கட்டிலிருந்து தப்பிக்கத்தான் அன்று இரண்டாம் கல்யாணத்திற்கு இணங்கினேன் என்று நினைப்பாரோ என்று தோன்றிற்று. இது ஓர் அபத்தமான இக்கட்டு என்று அவர் உணரவில்லை என்று எனக்குக் கோபம் வந்தது. திடீரென்று அம்மாவின் ஞாபகம் வந்தது. அன்று எனது கட்டில் விளிம்பில் அமர்ந்தபடி என்னைப் பார்த்த பார்வையில் இருந்த கவலை நினைவுக்கு வந்தது. 'ஒண்ணு கெடக்க ஒண்ணு செஞ்சி இந்த வீட்டிலே உனக்கு இருக்கிற உரிமையை நீ கோட்டை விட்டுவிடக் கூடாது.' புதிதாக அந்த வார்த்தைகளின் நினைவு என்னை உலுக்கிற்று. எந்த உரிமையைச் சொன்னாள் அம்மா? அம்மாவுக்கு சம்பிரதாயங்களைப் பற்றித் தெரியாதா? அம்மாவுக்குத் தெரியும். "நா படிக்காதவ. உனக்கு நா சொல்லித்தரப் போறதில்லே."

'மகளே உன் சமத்து' என்கிறாள். வக்கீலைப் போல் விவாதித்துப் பெறக்கூடிய உரிமை இல்லை என்பதும் அம்மா வுக்குத் தெரியும். படிக்காத அம்மாவின் சாமர்த்தியம் அது. அப்பாவுக்குத் தான் இன்றியமையாதவளாக ஆக்கிக் கொண்ட சாமர்த்தியம். இயல்பாகக் கிடைக்க வேண்டிய ஒன்றுக்கு இத்தனை சாகஸம் தேவைதானா என்றெல்லாம் கேள்வி கேட்கும் நிலையில் அவள் இருக்கவில்லை.

நான் கண்களை மூடிக் கொண்டேன். 'அப்பா உங்களுக்கு நாதான் கொள்ளி வைப்பேன்' என்றேன் பலக்க. புரண்டு புரண்டு படுத்த இரவில் சிதறல்களாக வந்த கனாவில் அப்பா பிணமாகக் கிடந்தார். பிணம் எழுந்து ஓடுகிறது. நான் விடாமல் துரத்துகிறேன். நாந்தான் வெப்பேன். நாந்தான் வெப்பேன்.

காலையில் கண் விழித்தபோது அறைக்குள் நுழைந்திருந்த சூரிய வெளிச்சம் பளீரென்று முகத்தில் அடித்தது. கனவின் மிச்ச சொச்ச நினைவில் நான் விருக்கென்று எழுந்தேன். உண்மையில்

ஒடிக்களைத்தது போல் உடம்பு வலித்தது. ஜன்னலுக்குச் சென்று பார்த்தபோது அப்பாவின் கார் இருக்கும் இடம் காலியாக இருந்தது. அப்பா நாமக்கல்லுக்குக் கிளம்பிப் போயிருக்க வேண்டும். காரியம் எல்லாம் முடிந்து வீடு திரும்ப மதியம் ஆகிவிடும். இந்த அலைச்சல் எல்லாம் உங்களுக்கு ஆகாது., போகாதீர்கள் என்று அவரிடம் சொல்ல முடியாது. உறவினர்கள், நண்பர்கள் வீட்டு நல்லது பொல்லாது நிகழ்ச்சிகளில் கலந்து கொள்வது அவசியம் என்று நினைப்பவர். 'அப்பத்தான் நாளைக்கு நமக்கு சமயம்னா ஜனம் வரும்'. நெருங்கியவர்கள் வீட்டு நிகழ்ச்சிக்கு சாங்கியம் செய்யணும் என்றாலும் அப்பாவின் பங்கும் அதில் இருக்கும். அப்பாவின் இந்த செயலுக்கு இன்றைக்கு புதிய அர்த்தம் தோன்றிற்று. நேற்று பாண்டுரங்கனுக்கு ஆனது போல தனக்கு வேளை வரும் என்ற அச்சம் அவருக்கு. "மகதான் எனக்கும். நா கண்ணை மூடினா நீங்கதான் கரையேத்தணும்" என்று உணர்த்துகிறார் எல்லாருக்கும். பாண்டுரங்கனுக்கு நா செஞ்சது போலே எனக்கு நீங்க...

படிகளில் யாரோ ஏறி வரும் சத்தம் கேட்டது. எனக்கு பித்துதான் பிடித்துவிட்டது என்று தோன்றிற்று. அவசரமாக குளியலறைக்குள் சென்று கதவைத் தாழ்ப்பாள் போட்டுக் கொண்டேன். வாஷ்பேஷனில் முகத்தைக் கவிழ்த்து நீரை இறைத்துக் கொண்டேன். நிமிர்ந்து கண்ணாடியில் முகத்தைப் பார்த்தபோது இப்பவும் பயங்கரமாக இருந்தது. இல்லாத ஏதோ ஒன்றைத் தேடினேன். பாட்டியின் முகம்தான் தெரிந்தது. 'நீ ஆணாயிட முடியாது' என்றாள். அந்த முகத்தை குத்திக் குதற வேண்டும் போல் இருந்தது. ஆண்மையில்லாத உன்னுடன் போரிடுவது எனக்கு இழுக்கு என்று பீஷ்மர் சொன்னபோது சிகண்டிக்கு இப்படித்தான் கோபம் வந்திருக்கும். நான் இப்படி வந்துதான் உன்னை ஜெயிக்க முடியும் என்பதால் இந்த அவமானத்தை சகித்துக் கொள்கிறேன். நீ சிகண்டி இல்லே என்றாள் பாட்டி பெண். சாதாரணப் பெண் ஜெயிக்கறதா? தகப்பனுக்குக் கொள்ளி வைக்கக் கூட உபயோகமில்லாத ஸைஃபர்.

நா வெப்பேன். அப்பாவுக்கு நான்தான் கொள்ளி வைப்பேன்.

சட்டென்று எனக்குத் தூக்கி வாரிப் போட்டது. என்ன ஆகிவிட்டது எனக்கு? அப்பா தன் சாவைப் பற்றி நினைப்பதைவிட அதிகமாக அவரது சாவைப் பற்றி நான் நினைப்பது போல் கூச்சமேற்பட்டது. உண்மையிலேயே நான் வெகு சாதாரணப் பெண்ணாகத் தோன்றிற்று. எனது படிப்பும் பட்டமும் நான் பார்க்கும் தொழிலும் ‘நீ தெய்வம் தாயீ’ என்று நிற்கும் கும்பலும் எனக்கு சம்பந்தமில்லாமல் போனது போல, அவற்றிற்கு ஏதும் அர்த்த மில்லாமல் போனது போல தோன்றிற்று. பாட்டியின் வாதமும் அதுதான். நீ என்ன செஞ்சாலும் ஆணாயிட முடியாது. ஆணாக நானும் விரும்பல்லே என்றேன் கண்ணாடியைப் பார்த்து; பாட்டியை இப்போது அங்கு காணோம்.

நர்ஸிங் ஹோமுக்கு செல்லத் தயாராகி நான் கீழே வந்தபோது ராசம்மா டிபனுடன் காத்திருந்தாள்.

“ஐயா நாமக்கலுக்குக் கிளம்பி போனாருங்கக்கா” என்றாள். “மத்தியானம் ஆயிடும் திரும்பி வரன்னு உங்ககிட்ட சொல்லச் சொன்னாங்க.”

“சரி” என்றபடி மேலே பேச எனக்கு விருப்பமில்லாததை தெரிவிக்க பேப்பரைப் பிரித்துப் படிக்க ஆரம்பித்தபடியே டிபனைச் சாப்பிட்டேன். இல்லாவிட்டால் ராசம்மா அப்பாவுக்குமட்டுமல்ல, பாண்டுரங்கனுக்குக் கொள்ளி வைக்க ஆளைத் தேடும் ஜனங் களுக்கும் வக்காலத்துப் பேசியிருப்பாள். ராசம்மா என்னைவிட நான்கு வயது சிறியவள். ஐந்து வருடங்களுக்கு முன் இவள் புருஷன் குடித்தே குடலில் புண் வந்து செத்துப் போனான். சென்ற ஆண்டு டவுனில் சைக்கிள் ரிப்பேர் கடை வைத்திருக்கும் தங்கராசு அவளைக் கல்யாணம் செய்து கொள்ள ஆசைப்பட்டான். ராசம்மா நடுங்கிப் போனாள். உனக்கும் ஆசை இருந்தா சொல்லு நா கட்டி வைக்கிறேன் என்றேன். தெய்வக் குத்தம் ஆனது போலக் கண்ணீர் விட்டாள். ரெண்டாம் கல்யாணம் எல்லாம் கூடாது என்று

அவளுடைய பெற்றோர் அவளுடைய குழப்பத்துக்கு முற்றுப்புள்ளி வைத்தார்கள். இவளுடைய அம்மா எம்.ஜி.ஆர். படங்களை வைத்து தன் ஏமாற்றத்தைப் போக்கிக் கொண்டது போல இவளும் நெற்றியில் திருநீறைப் பூசிக் கொண்டு டி.வி.யின் முன் அமர்கிறாள், 'நமக்குக் கொடுப்பினை அவ்வளவுதாங்க்கா' என்றபடி. தங்கராசுவைக் கல்யாணம் செய்து கொண்டிருந்தாளானால் இவள் கர்ப்பத்தில் முளைக்கும் பெண் சிசுவுக்கும் நான்தான் பொறுப் பேற்றிருக்க வேண்டும்.

'நாம் பட்ட கஷ்டம் இதுவும் படணுமாக்கா' என்று அவள் கண்ணீர் மல்க கேட்கும் கேள்வியின் முன் பலவீனப்பட்டுப் போயிருக்க வேண்டும். அழியட்டும், அழியட்டும் இந்த இனம் அழியட்டும். நான் படும் சிறுமை இதற்கு வேண்டாம் - அழியட்டும் - 'சட்டப்படி இது குற்றம் மனோ' சட்டத்தைப் பத்தி என்கிட்ட பேசாதே. அதுக்கு எந்த அர்த்தமுமில்லே. சமூகம் வேறே. சட்டம் வேறே. இங்கே சமூகம் வச்சதுதான் சட்டம். 'புத்' என்கிற நரகத்திலேந்து தப்பணும்னா புத்திரன் இருக்கணும்னு உன் சட்டம் சொல்லுதா? எங்க ஜனத்திலே அதுதான் சட்டம். அதை என் அப்பாகூட நம்பறாங்க. மகளை மட்டும் பெத்த நண்பனுக்குக் கொள்ளி வைக்க ஆளைத் தேடறாங்க. தனக்காக ஏதானும் ஏற்பாடு செஞ்சு வைப்பாரோ என்னவோ?

"என்னக்கா பேப்பர்லே அப்படி என்ன சுவாரஸ்யம்? தட்டிலே வச்ச இட்லி அப்படியே இருக்கு?"

உண்மையிலே பேப்பரில் இருந்த ஒருவரி கூட என் கவனத்தில் பதியவில்லை. நான் பதில் பேசாமல் சாப்பிட்டு, காபியை ஒரே வாயாகக் குடித்துவிட்டு எழுந்தேன்.

"இன்னிக்கு எனக்கு நிறைய கேஸ் இருக்கு. நர்ஸிங் ஹோமுக்கே சாப்பாட்டை அனுப்பிடு" என்றேன்.

"சரிங்கக்கா" என்றாள் ராசம்மா என்னைச் சந்தேகத்துடன் பார்த்தபடி.

நான் அதை சட்டை செய்யாமல் கிளம்பினேன். மத்தியானம் அப்பாவை சந்திப்பதை தவிர்க்கவே இந்த ஏற்பாடு என்பதை அவள் புரிந்து கொண்டால் அதைப் பற்றி எனக்கு அக்கறையில்லை. நர்ஸிங் ஹோம் வாசலில் நின்றிருந்த பெண்ணைக் கண்டு வழக்கமாக எனக்குள் ஏற்படும் மலர்ச்சி இன்று ஏற்படவில்லை. "வணக்கம் அக்கா" என்றாள் சண்பகம். சண்பகம் வழக்கம்போல் அமரிக்கையாக அளவாகப் புன்னகைத்தாள். இவள் வாய்விட்டுச் சிரித்து நான் பார்த்ததில்லை. இந்த நர்ஸிங் ஹோமைக் கட்டும்போது மேஸ்திரியாக இருந்த இவளுடைய புருஷன் திடீரென்னு செத்துப் போனான். நிலைகுலைந்து போன இவளை நான்தான் கட்டாயப் படுத்தி கட்டட வேலையில் ஈடுபடுத்தினேன். இப்போது இவளே மேஸ்திரி வேலை பார்க்கிறாள். இருந்தும் அந்த விதவைக் கோலமும் அளவான சிரிப்பும் மாறவில்லை. "அதனாலதான் கூடப் பிறந்தவன்ங்க ஒத்துப் போறாங்கக்கா" என்றாள் ஒரு நாளைக்கு.

"என்ன சண்பகம், நல்லாயிருக்கியா?" என்றேன்.

"இருக்கேங்க்கா. சும்மா பாத்துட்டுப் போகலாம்னு வந்தேனுங்க."

சும்மா வந்து நேரத்தை வீணாக்கும் ரகம் இல்லை இவள்.

"அவசர கேஸ் ஏதாவது இருக்கான்னு பாக்கறேன், உக்காரு" என்று விட்டு உள்ளே சென்றேன்.

வழக்கமான கர்ப்பக் கேசுகள். கர்ப்பம் தரிக்காத கேசுகள். அவசர கேஸ் ஒன்றுமில்லை. சண்பகத்தை வரச் சொன்னேன்.

"என்ன விஷயம் சண்பகம்?"

"ஒண்ணுமில்லீங்கக்கா" என்றாள் தலையைக் குனிந்தபடி பிறகு சரேலென்று என் கைகளைப் பிடித்துக் கொண்டாள். "அக்கா, உங்களைத் தான் நம்பி வந்திருக்கிறேன்." துக்கத்தில் குரல் பிசுபிசுத்தது.

இந்த ஸீன் எனக்குப் பழக்கமானது. ஆனால் சண்பகத்திட மிருந்து நான் எதிர்பார்க்கவில்லை.

"எத்தனை மாசம்?" என்றேன் ஆயாசத்துடன்.

"ரெண்டுதான்."

"அப்ப பிரச்சினையில்லே" என்றேன். "சிவனேன்னு ஒரு கல்யாணத்தை செஞ்சுக்கக் கூடாது?"

அவள் அழ ஆரம்பித்தாள்.

"சரி சரி, அழாதே. நா உன்னை ஒண்ணும் கேக்கல்லே. மாத்திரை எழுதித் தரேன். அதிலேயே கரு கலைஞ்சிடும். இனிமே ஜாக்கிரதையா இரு" என்றேன்.

அவள் தலையைக் குனிந்தபடியே மருந்து சீட்டை வாங்கிக் கொண்டு வெளியேறியபோது இவளை நினைத்துப் பாவமாக இருந்தது. முப்பது வயதுக்குள்தான் இருக்கும். பார்க்கவும் பளிச் சென்றிருந்தாள். உனக்கு இதுதான் விதி என்று ஊர் சொன்னாலும் நாலு ஆண்கள் கண்ணில்படும்படி வேலை பார்ப்பவளுக்கு ஊர் எப்படி வேலி போடும்! இவள் புருஷன் இறந்தபோது இவள் அலறின அலறல் ஞாபகத்துக்கு வந்தது; அதில் துக்கத்தைவிட கோபம் அதிகம் இருந்ததாக எனக்கு அன்று விநோதமாகப்பட்டது. ஏமாற்றப்பட்டது போல. என்னை எப்படி நீ இப்படி விட்டு விட்டுப் போகலாம் என்ற ஆத்திரம் வெளிப்பட்டது. வஞ்சிக்கப்பட்டது போல. நேற்று அந்த பாண்டுரங்கனின் மனைவியின் அழுகையிலும் அப்படிப்பட்ட ஆத்திரம் வெளிப்பட்டிருக்குமா? வெளிப்பட்டிருக்கும். ஆனால் அதற்கான காரணம் புரிந்திருக்காது. புருஷனின் மரணம் திடீரென்று வெளிச்சத்துக்குக் கொண்டு வந்த நிதர்சனம் - அவள் இதுவரை வாழ்ந்த வாழ்வே ஒரு மிகப் பெரிய பொய் என்ற நிதர்சனம் - கிளம்பிய ஆத்திரம் அது என்று புரிந்திருக்காது.

ஆண் வாரிசு இல்லாத நண்பனின் மரணம் அப்பாவுக்கு எப்படிப்பட்ட தாக்கத்தை ஏற்படுத்தும் என்று எனக்குக் கவலையாக

இருந்தது. வந்திருந்த கேஸ்களையெல்லாம் இன்று இயந்திர கதியில் பரிசோதித்து மருந்து எழுதிக் கொடுத்தேன். இன்று ஸ்கேனுக்கு ஒரு கேசும் வேண்டாம் என்று மீனாட்சியிடம் சொன்னேன். அன்றே கருவில் இருப்பது ஆணா பெண்ணா என்று தெரியாவிட்டால் தலை போய்விடும் என்று கெஞ்சிய இரண்டு கேஸ்களிடம் எரிந்து விழுந்தேன். "போங்க, இது கிளி ஜோஸ்யம் சொல்ற இடமில்லே. இங்க வந்து நிக்காதீங்க. நாளைக்கு பதிலா இன்னிக்கு ஸ்கேன் செய்யறதாலே கருவிலே இருக்கிற பொட்டப்புள்ளே ஆண் ஆயிடாது. நாளைக்கு வாங்க!

நான் போட்ட சத்தத்தில் மீனாட்சியே துவண்டு போனாள். நான் கேட்காமலேயே சூடாகக் காபி கொண்டு வந்து கொடுத்தாள். "இன்னிக்கு வந்த தபால்" என்று கடிதங்களை மேஜை மேல் வைத்தாள். அவற்றைப் பார்க்கக் கூட இன்று சுரத்திருக்கவில்லை. சீட்டுகளை நகர்த்துவது போல அவற்றை அலட்சியமாக நகர்த்தும் போது ஒரு உறையின் மேல் சிவாவின் கையெழுத்து போலத் தெரிந்தது. அது என்னுள் எந்த பாதிப்பும் ஏற்படுத்தாதது இன்றைய நிலையிலும் எனக்கு ஆச்சரியத்தை அளித்தது.

6

"ஆகையால் பார்த்தா, கடமையை வேள்வியாகக் கொள்" என்கிறார் அரிதாரம் பூசிய கிருஷ்ணர் சின்னத் திரையில், தொடர்ந்து சமஸ்கிருதத்தில் ஒரு சுலோகத்தைச் சொல்கிறார். கடமைக்கும் பாசத்துக்கும் இடையே இருக்கும் குழப்பத்தைவிட அவருடைய சமஸ்கிருதத்தைக் கேட்டுக் குழம்பியவனைப் போல் தெரிகிறான் அர்ஜுனன், புன்னகையுடன் கிருஷ்ணர் தொடர்கிறார். திரௌபதிக்கு ஏற்பட்ட அவமானம் ஒரு தனி நபருக்கு ஏற்பட்ட அவமானம் அல்ல, மன்னிப்போம் என்பதற்கு. பெண் குலத்துக்கே ஏற்பட்ட அவமானம். அவமானத்தை வேடிக்கை பார்த்த சமூகத்தின் மேல் கோபம் கொள். போர் தொடு. நிர்மூலமாக்கு.

டி.வி. கிருஷ்ணர் பெண்ணியம் பேசுகையில் படக்கென்று சானலை மாற்றினான். நா ஒரு கோழை. அதனால் என் பெண் சாதிக்கிட்ட போக பயந்துகிட்டு விபச்சாரிகிட்ட வந்திருக்கேன்."

ராசம்மா என்னைப் பார்த்துச் சிரித்தாள். 'கதையைக் கேட்டீங்களா? கோழையாம், அதனாலேயே அநியாயம் பண்றாராம்."

"மகாபாரதத்தை ஏன் மாத்தினே?" என்றேன்.

"நீங்க பாக்கறீங்களாக்கா? பாருங்க. எனக்கு அந்தத் தமிழ் புரியமாட்டேங்குது." படக்கென்று சானலை மாற்ற மீண்டும் குழப்பத்துடன் அர்ஜுனன் நின்றான்.

"தர்மத்திற்கு ஏன் அழிவு ஏற்படுகிறது?" "மனிதன் தனது மோகத்திலிருந்து விடுபடாததால் தர்மத்திற்கு அழிவு வருகிறது."

ராசம்மா சூள் கொட்டினாள். "இப்படியெல்லாம் பேசினா யாருக்கு புரியுது" என்று முணுமுணுத்தாள்.

"மகாபாரதக் கதை தெரியுமா ராசம்மா உனக்கு?"

"அதெல்லாம் தெரியாதுங்கக்கா."

"பாஞ்சாலி கதை?"

"அது தெரியும். நம்ம கிராமத்துப் பக்கத்திலேந்து பொம்ம லாட்டக்காரங்க வந்து நடத்துவாங்களே அப்ப பார்த்திருக்கேன், பாஞ்சாலி சபதமும் நல்லதங்காள் கதையும், விடிய விய நடத்துவாங்க. ஆட்டத்தைப் பாக்க வந்த பொம்பளைங்க ஒருத்தர் பாக்கியில்லாம அழுவாங்கக்கா."

எனக்கு அம்மாவின் ஞாபகம் வந்தது. கோடை விடுமுறை யின்போது தான் பொம்மலாட்டம் நடக்கும். அதைப் பார்க்கப் போவதற்கு அப்பாவிடம் ஏகமாய் கெஞ்ச வேண்டியிருக்கும். கடைசியில் அப்பா அதற்கு ஒப்புதல் கொடுப்பார். அம்மாவுக் கென்று ஒரு நற்காலி போடப்பட்டிருக்கும். அதை மறுத்துவிட்டு சமுக்காளத்தில் அமர்ந்து கொள்வாள். அவளிடமிருநது சற்று விலகி

அமர்ந்திருக்கும் குடியானவப் பெண்களுக்கும் அவளுக்கும் இருக்கும் இடைவெளி ஆட்டம் ஆரம்பித்த சிறிது நேரத்திலேயே மறைந்து போகும். நல்லதங்காளின் சோகமும் பாஞ்சாலியின் துக்கமும் எல்லாரையும் சமமாக ஆட்கொள்ளும், "பொம்ம லாட்டத்தை நாற்காலியிலே உட்கார்ந்துக்கிட்டு பாக்கக்கூடாது" என்றாள் அம்மா ஒரு நாள். "ஏன்?" என்றேன். "இங்கேந்து பாரு" என்று தன் மடியில் என் தலையை அமுக்கி மேடையைப் பார்க்கச் சொன்னாள். பொம்மையை ஆட்டுவிக்கும் ஆட்டக்காரர்கள் தெரிந்தார்கள். அன்றிலிருந்து நான பொம்மைகளைப் பார்ப்பதை விட்டு திரைக்குப் பின்னால் இருப்பவர்களைப் பார்க்க ஆரம் பித்தேன். தாங்களே நல்லதங்காளாக, பாஞ்சாலியாக மாறி, துக்கத்தையும் அவமானத்தையும் சோகத்தையும் அனுபவித்து திரைக்குப் பின்னாலிருந்து அவர்கள் வடிக்கும் உண்மையான கண்ணீரைக் கண்டு திகைத்திருக்கிறேன். ஆட்டுவிப்பவனுக்கும் ஆடும் பொம்மைகளுக்கும் வித்தியாசமில்லாமல் போகும் விந்தையைக் கண்டு பிரமித்திருக்கிறேன்.

"நானும் என் கடமையைச் செய்கிறேன் பார்த்தா" என்றார் கிருஷ்ணர். "ஆனால் கேசவா" என்று மறுபடி அர்ஜுனன் ஆரம் பித்தபோது மின்சாரத் தடை ஏற்பட்டு திரையில் படம் மறைந்தது.

ராசம்மா சிரித்தபடி எழுந்தாள். "மறுபடி மின்சாரம் வர்றதுக்குள்ளே அர்ஜுனனுடைய குழப்பம் தெளிஞ்சுடும். காபி கொண்டாறவாக்கா?"

"கொண்டா" என்றேன் புன்னகையுடன்.

ராசம்மாவின் இடத்தில் நான் இருந்தால் எத்தனை நன்றாக இருக்கும் என்று நினைத்துக் கொண்டேன். புருஷன் இறந்து விட்டான் என்பதைத் தவிர அவளை வருத்தும், குழப்பத்தி லாழ்த்தும் பிரச்சினை ஏதுமில்லை. சம்சார பந்தம் என்று ஏதும் இல்லாததாலேயே அவளால் நிச்சிந்தையாக இருக்க முடிகிறது என்று

தோன்றிற்று. அவளாகத்தான் இந்த வாழ்வைத் தேர்ந்தெடுத்தாளா என்று சொல்ல முடியாது. ஆனால் ஏற்கெனவே வகுக்கப்பட்ட பாதை, தெரிந்த பாதை, சிக்கலல்லாதது. குழப்பம் விளைவிக்காதது. குழப்பத்தைத் தவிர்க்கவே அந்த முடிவு. நான் கூட ராசம்மா மாதிரி இருந்திருக்கலாம். பாட்டியை எதிர்த்துக் கொண்டு படித்திருக்க வேண்டியதில்லை. என் படிப்பிற்கு சமதையாக உறவில் யாருமில்லை என்று வரன்களைத் தட்டிக் கழித்து கெட்ட பெயர் சம்பாதித்திருக்க வேண்டியதில்லை. 'உன் உரிமை கை நழுவிப் போயிடற மாதிரி ஏடாகூடமா ஏதும் செஞ்சிறக் கூடாது' என்று அம்மா போட்ட விடுகதையின் விடையைத் தேட நான் என்னை நேசிப்பதாகச் சொல்லும் ஒருத்தனை அந்தரத்தில் நிறுத்தி வேடிக்கை பார்க்க வேண்டியதில்லை. சரேலென்று அந்தக் கடிதத்தின் நினைவு வந்தது. சிவாவின் கடிதத்தை நான் படிக்கவே இல்லை. சிவாவின் கையெழுத்து என்ற பிரக்ஞையுடன், பிறகு படிக்க வேண்டும் என்ற நினைப்புடன் அதை மேஜை டிராயரில் வைத்தேன். பிறகு மறந்தே போய்விட்டது. இன்று ஞாயிற்றுக்கிழமை. அவசர கேஸ் ஏதுமில்லாததால் க்ளினிக் பக்கமே போகவில்லை. என்ன எழுதியிருப்பான் என்ற ஆர்வம் மெல்ல தலைநீட்டிய வேகத்துடனேயே அமுங்கிற்று.

என்னுடைய நிபந்தனைகளை நான் தெரிவித்த பின் அவனிடமிருந்து கடிதம் வருவதே நின்று போயிற்று. அந்த மௌனத்தில் ஒரு கோபம் இருப்பதை நான் உணர்ந்து கொண்டேன். அந்தக் கோபம் இயல்பானது என்று நான் பெருந்தன்மையுடன் மன்னித்தேன். என்னுடைய நிபந்தனைகளை ஏற்றுக் கொள்ள பல உறவினர்கள் காத்திருப்பார்கள் என்று எனக்குத் தெரியும். அதனாலேயே சிவாவின் கோபம் எனக்குத் திருப்தியைத் தந்தது. தூக்கம் வராத இரவுகளில், அவனுடைய அணைப்புக்காக எனது உடல் தகிக்கும்போது எனக்கு வேறு வழியில்லை என்று அதை

சாந்தப்படுத்தினேன். ‘எனக்கு வேறு வழியில்லே’ என்று பெண் கருவைக் கலைக்கச் சொல்லும் பெண்ணைப் போல எதையாவது சாதிக்க வேண்டுமென்றால் பெண் தனது காம இச்சையை மட்டுமல்ல, பெண்மையின் அடையாளங்களையே தியாகம் செய்ய வேண்டும் என்றுதான் நமது இதிகாசங்களும் புராணங்களும் சொல்கின்றன. ஆனானப்பட்ட ஒளவையாரும் காரைக்கால் அம்மையும் இளமையை பலியிட்டார்கள். கண்ணகியும் ஆண்டாளும் தங்கள் முலைகளைக் கிள்ளி எறியச் சித்தமானார்கள். நானும் ராசம்மாவும் அதையெல்லாம் செய்யாமலே சன்னியாச கோலம் பூண்டிருப்பது வேடிக்கை. எங்களது வடிகால்கள்தான் வேறு. அவளுக்கு சின்னத்திரை என்றால் எனக்கு ஸ்கேன் திரை.

எனக்குத் தூக்கம் கண்ணைக் சுழற்றிற்று. சௌகரியமாக சோபாவில் காலை நீட்டிக் கொண்டதும் மெல்ல மெல்ல கரை காணமுடியாத அந்தகார ஆழத்துக்குள் நான் மூழ்கிப்போனேன். அங்கே ராசம்மா என்னுடைய வெள்ளைக் கோட்டை அணிந்து நின்றாள். இதுதான் கர்ப்பப் பை என்று டெமான்ஸ்ட்ரேட் செய்தாள்; இவ்ளூண்டு தெரியுதே அதுதான் கர்ப்பம். அதுக்குள்ளாற காலு முளைச்சு, கை முளைச்சு விரலைப் பாருங்க மயிலெறகு மாதிரி, அதப் பாருங்க ஆணுறுப்பு, இப்பவே எப்படி கர்வமா துருத்திக்கிட்டு நிக்குது பாருங்க! - ராசம்மா அட்டகாசமாகச் சிரிக்கிறாள். வேணாங்க்கா அது நமக்கு - போடுங்க - ஊசி போட்டுடுங்க - வேணாங்க்கா.

“அக்கா...”

நான் திடுக்கிட்டு விழித்துக் கொண்டேன். டெலிபேன் அலறிக் கொண்டிருந்தது. ராசம்மா கையில் காபியுடன் நின்றிருந்தாள். வெள்ளை அங்கி இல்லாமல், அப்பாவியைப் போல, “தூங்கிவிட்டீங்களாக்கா” என்று அவள் முணுமுணுத்ததைக் கவனிக்காமல் நான் கொட்டாவி விட்டபடி டெலிபோனை எடுத்தேன்.

“ஹலோ, மனோ?”

கனவு மயக்கத்தில் இருந்த நிலையிலும் என் இதயத் துடிப்பு ஒரு விநாடி நின்றது. காலிலிருந்து இரத்த சுரப்பிகள் மேல்நோக்கிப் பாய்ந்து காது நுனிவரை சூடேற்றின.

"ஹலோ சிவா" என்றேன் என்னை சமாளித்துக் கொண்டு.

"எப்படியிருக்கே மனோ?"

அவன் குரலிலிருந்த நெருக்கம் என்னை பலவீனப் படுத்தியது. என்ன எழுதியிருப்பான் அந்தக் கடிதத்தில்?

"நல்லாயிருக்கேன் சிவா. நீ எப்படியிருக்கே?"

"என் லெட்டர் கிடைக்கலியா?" அவன் குரலிலிருந்த ஏமாற்றத்தைக் கண்டு நான் மெல்லத் தடுமாறிறேன்.

"என்ன லெட்டர்?"

"ஒரு லெட்டர் எழுதினேன் உனக்கு. கிடைச்சிருக்கணுமே."

"நேத்து சனிக்கிழமை. டெலிவரி பண்ணியிருக்க மாட்டாங்க. நாளைக்கு வரலாம். என்ன விஷயம்?"

"லெட்டர் கிடைச்சா படிச்சுப் பாரேன்."

"லெட்டர் கிடைக்காம போகாது. நீயே சொல்லமாட்டியா, என்ன எழுதியிருக்கேன்னு?"

"அவசியமில்லே."

அவன் பிடிகொடுக்காமல் பேசியது லேசாக எரிச்சல் ஏற்படுத்தியது. அவனுக்குக் கல்யாணம் நிச்சயமாயிருக்கும். அல்லது வேறு பெண் பார்க்க முடிவெடுத்திருப்பான். அதைத் தனது கடைசி அஸ்திரமாக உபயோகிக்கிறானோ?

"சரி, அப்ப உன் இஷ்டம்" என்றேன்.

"எங்கேந்து பேசறே?"

"ஹைதராபாதிலேந்துதான், என்ன செஞ்சுக்கிட்டிருந்தே?"

"நானா? டி.வி.யிலே மகாபாரதம் பார்த்துக்கிட்டிருந்தேன். கடமையைச் செய்னு சொல்லிக்கிட்டிருந்தார் கிருஷ்ணர். கரண்டு போயிடுச்சு."

அவன் லேசாக சிரித்ததாகத் தோன்றிற்று. இரண்டு பேருமே அசட்டுப் பிசட்டென்று பேசிக்கொண்டிருப்பது போல் தோன்றிற்று. அவன் போனைக் கீழே வைத்துவிடுவானோ என்று எனக்குப் பரபரத்தது.

ஆனால் என்ன பேசுவதென்று தெரியவில்லை.

"டி.வி.யெல்லாம் பார்க்கற அளவுக்கு உனக்கு ஓய்வு கிடைக்குதா?"

"இன்னிக்கு ஞாயிற்றுக்கிழமை இல்லே? எல்லா பொம்பளைங்களும் வீட்டிலே இருக்கிற புருஷனுக்கு சிசுருஷை செஞ்சுகிட்டு இருப்பாங்க. அர்ஜெண்டு கேசும் ஒண்ணும் இல்லே."

"ஆம்பளைங்க மேலே உனக்கு ஏன் இவ்வளவு வெறுப்பு மனோ?"

"வெறுப்பா? யார் சொன்னது அப்படி? ஆண்களை நம்பித் தானே என் தொழிலே நடக்குது!"

அவன் பெரிதாகச் சிரிப்பது கேட்டது.

"இந்தத் தொழில்னாலேயே வெறுப்பு வந்திருக்கு."

"எனக்கு வெறுப்புன்னு நீ தீர்மானம் பண்ணின பிறகு நா என்ன சொல்ல முடியும்?"

"என் அபிப்பிராயத்தை நீதான் மாத்தணும்."

என்னுடன் பேச்சுத் தொடரவே இப்படியெல்லாம் பேசிக் கொண்டு போகிறான் என்று எனக்கு அல்ப திருப்தி ஏற்பட்டது. கூடவே வியப்பாக இருந்தது. என்ன சொல்ல விரும்புகிறான்.

"மத்தவங்க என்னப் பத்தி நல்ல அபிப்பிராயம் வெச்சுக் கணும்னு நா என்னிக்குமே முயற்சி செய்ததில்லே சிவா. நா நானாத்தான் இருப்பேன். வித்தியாசமா இருக்க முடியாது."

"அது எனக்குத் தெரியும்."

"பின்னே எதுக்கு இந்த விவாதம்?"

"சரி, விவாதம் வேண்டாம். வெறுப்பில்லேன்னு சொல்லிட்டா எனக்கு சந்தோஷம்தான்."

அவன் அந்தக் கடிதத்தில் என்ன எழுதியிருப்பான் என்று அறியும் ஆவல் எனக்கு அப்பொழுதுதான் ஏற்பட்டது ஏதோ சமாதான உடன்படிக்கை போல் இருந்தது அவன் பேச்சு.

"சரி, நாளைக்கு கடிதத்தைப் படிச்சுட்டு உன் அபிப் பிராயத்தைத் சொல்லு" என்றான்.

"எதைப் பத்தி?"

"நா எதுக்குச் சொல்றேன்?"

"சரி சொல்லாதே" என்று சிரித்தேன்.

"அப்புறம் பேசறேன்" என்றபடி அவன் கீழே போனை வைத்ததும் நான் புன்னகையுடன் ரிசீவரை வைத்தேன். மனசு அர்த்தமில்லாமல் லேசாகியிருந்தது. ராசம்மா காபியை மறுபடி சூடாக்கிக் கொண்டுவந்தாள். நான் ஒரே மடக்கில் குடித்துவிட்டு செருப்பை மாட்டிக் கொண்டு "க்ளினிக் வரை போயிட்டு வரேன் ராசம்மா" என்று விட்டுக் கிளம்பினேன். பரிசோதனை அறையைத் திறந்து மேஜை டிராயரைத் திறந்து அந்தக் கடிதத்தை எடுப்பதற்குள் கை பரபரத்தது. நடுங்கிற்று. முப்பது வயதை நெருங்கிக் கொண்டிருக்கும் நான் பதினைந்து வயதுப் பெண்ணைப் போல உணர்ச்சிவசப்படுவது எனக்கு அவமானமாக, விநோதமாக இருந்தது. ஆண்களை வெறுக்கறே என்கிறானே அந்த முட்டாள்! இந்த பரபரப்பு வெறும் ரசாயன விளைவு என்று சொல்வானா? நீல

நிற உறையின் மேல் சங்கிலி கோத்தாற்போல் இருந்த எழுத்துக் களில் ஒரு நிதானம் இருந்தது. நான் என்னை ஆசுவாசப்படுத்திக் கொண்டு கம்பீரமாக நிமிர்ந்து அமர்ந்தேன். பேப்பர் கட்டரை எடுத்து நளினமாக உறையைத் திறந்தேன். ஆங்கிலத்தில் இருந்தது கடிதம். 'மை டியரெஸ்ட்' என்று ஆரம்பித்திருந்தான். அசட்டுப் பிசட்டென்று என் உடம்பு சிலிர்த்தது. அடி வயிற்றில் ஏதோ சுருண்டு முடிச்சு விழுந்தது.

"உன்னை நினைக்கும் போதெல்லாம் எனக்கு அப்படிப் பட்ட உணர்வுதான் ஏற்படுகிறது. உன்னைவிட நெருக்கமாக என்னால் யாரையும் நினைக்க முடியவில்லை. வாழ்க்கைத் துணைவியாக வேறு யாரையும் கற்பனை கூட செய்ய முடிய வில்லை. சிக்கலில்லாத ஒரு விஷயத்தை சிக்கலாக்குகிறாய் என்று எனக்கு உன்மேல் கோபம் ஏற்பட்டதுதான் உண்மை. ஆனால் உன்னைப் பற்றி அதிகம் நினைக்க நினைக்க உன் எண்ணங்களும் கவலைகளும் எனக்குப் புரிகிறது. உன் நிபந்தனைகளை ஏற்க நான் சித்தமாக இருக்கிறேன். ஏனென்றால் நீ இல்லாமல் என் வாழ்வு பூரணமாக இருக்காது என்று உணர்ந்து கொண்டேன். உன் பதிலை எதிர்பார்க்கிறேன்."

கடிதத்தைப் படித்து முடித்தபின் எனக்கு வாய்விட்டுச் சிரிக்க வேண்டும் போல் இருந்தது. இதுவரை நான் எழுதியிருக்கும் பரீட்சைகளில் கிடைத்த வெற்றியை விட இது மிகப் பெரிய வெற்றி என்று தோன்றிற்று. 'நீ தனியாகவே இருப்பே' என்று இரண்டு மாதங்களுக்கு முன் என்னை பயமுறுத்தியவன். பயமுறுத்தலாகத் தான எனக்கு பல சமயம் தோன்றியிருக்கிறது. வாழ்க்கைத் துணைவன் இல்லாத வாழ்க்கை பட்ட மரத்தின் வாழ்க்கை என்பது போல. அப்பா கண்ணை மூடிவிட்டால் என் இறுதி நாட்களை கிடைக்கும் ஓய்வு நேரங்களை ராசம்மாவுடன் அமர்ந்து டிவி. பார்க்க வேண்டிவருமோ என்கிற பயம் அடிக்கடி தலைகாட்டுகிறது. சந்ததி பெருக்கவே ஆண் பெண் சேர்க்கை என்ற அவசியத்தை எல்லாம்

தாண்டிவிட்ட இருபத்தோராம் நூற்றாண்டிலும் ஆணின் அண்மையும் சிநேகிதமும் வாழ்விற்கு, ஒரு முழுமையை இல்லாவிட்டாலும் ஒரு அர்த்தத்தைத் தரலாம் என்கிற எண்ணம் சோர்ந்து போன சில தருணங்களில் எனக்கு ஏற்படுகின்றது. பேதங்களே வாழ்வின் சுவாரஸ்யம் என்று மனசு வாதிடுகிறது. எனக்கு 'ஆமாம் சாமி' போடும் கும்பல் என்னைச் சுற்றி எந்நேரமும் இருப்பது அலுப்பை ஏற்படுத்துகிறது.

'உன் நிபந்தனைகளை ஏற்றுக் கொள்கிறேன்' எப்படி வந்தது இந்த மாற்றம்? 'உன்னைத் தவிர வேறு யாரையும் என்னால் வாழ்க்கைத் துணைவியாக ஏற்க முடியவில்லை.' இந்த கிராமத்தில் வந்து வசிப்பது அவனுக்கு சுலபமாக இருக்குமா? எனக்காக அத்தனை தியாகம் செய்கிறானா? என்னுள் லேசாக கலவரம் ஏற்பட்டது. அவனது தியாகமே எனக்குச் சுமையாகிப் போகுமோ என்ற அச்சம் ஏற்பட்டது. மீண்டும் கடிதத்தின் வரிகளில் பார்வையை ஓட்டினேன்.

'மை டியரெஸ்ட்.....'

எனக்கு சிரிப்பு வந்தது. எல்லாவற்றையும் அச்சத்துடன் பார்த்தே எனக்குப் பழகிப் போய்விட்டது. உண்மையில் அவன் இணங்கி வந்தது எனக்கு வெற்றி மட்டும் இல்லை. எனது சுயபலத்தை வலியுறுத்தும் நிரூபணம்.

நான் கடிதத்தை ஜாக்கிரதையாக மடித்து உறையில் போட்டு கையில் வைத்துக் கொண்டேன். அறையையும் க்ளினிக்கையும் பூட்டி விட்டுக் கிளம்பும் போது நடையில் நிதானம் ஏற்பட்டிருந்தது. இந்தக் கடிதம் எனது வாழ்க்கை பாணியையே மாற்றப்போகிறது. அதற்கு நான் தயாராக வேண்டும். திடீரென்று அப்பாவின் நினைவு வந்தது. அவர் இதை எப்படி ஏற்றுக் கொள்வார் என்ற பிரச்சினை யில்லை. அவரிடமிருந்து எந்த ஆட்சேபமும் வராது என்று எனக்குத் தெரியும். அவருக்கும் எனக்கும் இடையேயான உறவு,

சிவாவின் வரவால் வலுவடையுமா பலவீனப்படுமா என்ற கேள்வி என்னை லேசாக உலுக்கிற்று.

7

வீட்டை நோக்கி நடந்த போது ஒரு மணி நேரப் போதில் உலகம் மாறிப்போனதை உணர்ந்தேன். புல்வெளியில் பசுமை கூடியிருந்தது. காம்பவுண்டு மூலையில் மூர்க்கமாய் வளர்ந்திருந்த செம்பருத்திச் செடியில் இத்தனை மலர்கள் இருந்ததாக எனக்கு நினைவில்லை. இந்தப் புவி ஆளும் அரசி போல எனக்குள் என் அந்தஸ்து உயர்ந்திருந்தது. அரசியாகவே தோன்றிற்று. என் முன் யார் வந்து என்ன கேட்டாலும் சினிமாக்களின் ராஜா ராணிகள் கழுத்திலிருககும் போலி முத்துமாலைகளைக் கம்பீரமாகக் கழட்டிக்கொடுப்பது போல நானும் கழுத்தில், கையில் இருந்ததைக் கழட்டிக் கொடுக்கும் மனநிலை ஏற்பட்டிருந்தது. நெஞ்சத்தில் மிதமிஞ்சிய கருணை பொங்கிற்று. காதலற்ற, ஏமாற்றங்கள் நிறைந்த வாழ்வில் கருணை நிச்சயம் சுரக்காது என்று கமலினி ஒருமுறை என்னிடம் சொன்னாள். காளியை யாரும் காதலிக்கவேயில்லை. அதனால்தான் தன் ஏமாற்றத்தைத் தீர்த்துக்கொள்ள நாக்கைத் தொங்கவிட்டுக்கொண்டு அசுரர்களை வதம் செய்யப் புறப்பட்டாள் என்றாள். இந்து புராணங்களில் இருப்பது போல வேறு எந்த மதத்திலும் பெண்ணிய கடவுள்கள் இல்லை என்பாள். காளி மாதிரி எல்லாப் பெண்களும் இருந்தால் தங்களாலே சமாளிக்க முடியாதுன்னுதான் சீதைன்னு ஒரு பாத்திரத்தைப் படைச்சாங்க. நம்ம ஆண்கள் என்று சிரிப்பாள். நெருப்பிலே குதின்னா குதிக்க, வீட்டை விட்டுக் கிளம்புன்னவுடனே கிளம்ப, ஆம்பளை கிழிச்ச கோட்டைத் தாண்டினா இந்த கதிதான் உனக்குன்னு சொல்ல. காதலில் வெற்றி கண்ட, காதல் வசப்பட்ட காளி என்று நான் என்னை வர்ணித்துக் கொள்ளலாம் என்று தோன்றியது. நான் கோபம் வந்து

கத்தும்போது பாட்டி என்னை பத்ரகாளி, பிடாரி என்றுதான் வர்ணித்திருக்கிறாள். பாட்டி இப்போது உயிருடன் இருந்திருந்தால் என் காதலை ஏற்றிருப்பாளா, ஒப்புதல் கொடுத்திருப்பாளா என்று சந்தேகம் ஏற்பட்டது. நம்ம ஜாதி ஜனமா, பணம் காசு உள்ளவனா என்கிற அளவுகோல்களை விட நானாகச் சென்று காதல் வயப்படுவதும் கணவனை வரிப்பதும் அசிங்கமான விஷயம் என்ற விக்டோரியா காலத்துக் கட்டுப்பாட்டை வளர்த்துக்கொண்டு திண்டாடும் தலைமுறை அவளுடையது. நான் ஒருத்தனை விரும்பறேன், கல்யாணம் செய்து கொள்ள ஆசைப்படுகிறேன் என்பதற்கு நான் ஒருத்தனை காமுறுகிறேன், அவனுடன் படுத்துக் கொள்ள விரும்புகிறேன் என்பதாக அர்த்தம்கொள்ளும் தலைமுறை சினேகிதம், பகிர்ந்து கெள்ளுதல் என்கிற வார்த்தைகளின் பரிமாணமே விரிவடைய முடியாத எல்லைக்குள் வாழ்ந்து திருப்தி அடைந்தவளுக்கு, அது விரிவடையும் போது கலவரமும் பீதியும் ஏற்படுவது ஆச்சரியமில்லை, எல்லைக்குள்ளிருந்து வெளியே அடியெடுத்தால் சந்தி சிரிக்கும் என்ற பீதி. எனக்கு சிரிப்பு வந்தது. பாட்டியின் நிலையிலிருந்து எத்தனை தொலைவு பயணித்து விட்டேன்!

“உன்னுடைய நிபந்தனைகளை நான் ஏற்றுக் கொள்கிறேன்.” இது எனக்கு நம்ப முடியாத வெற்றியாகப் பட்டது. அதாவது கல்யாணம் ஆனதும் என்னுடன் இங்கே தங்க சித்தமாக இருக்கிறான்.

“அப்படி எவனாவது வந்தான்னா உன் சொத்துக்கு ஆசைப்பட்டு வந்த தண்ட சோத்துத் தடிராமனா இருப்பான்” என்ற கமலியின் வார்த்தைகள் ஞாபகத்துக்கு வந்ததும் சிரிப்பு வந்தது. கமலியின் கண்களுக்கு எந்த ஆண்பிள்ளையும் யோக்கியமில்லை. அவளிடம் சொல்ல வேண்டும் - என்னைக் கட்டிக்க சம்மதிக் கிறவன் சொத்துக்கு ஆசைப்பட்டு வரலே; எனக்காக, என்னிடம் ஆசைப்பட்டு.

சிவா என்னை இதுவரை எதுவுமே கேட்டதில்லை. என்னுடைய பின்புலத்தைப் பற்றி அவனுக்கு ஏதேனும் தெரியுமா என்று கூட எனக்குச் சந்தேகம். கமலினி இந்த ஏற்பாட்டை ஆதரிக்க மாட்டாள். உன்னுடைய அசட்டுப் பிடிவாதத்துக்காக நல்ல எதிர் காலம் உள்ள ஒருத்தனை பலி வாங்காதே என்பாள். எனக்கு எந்த குற்ற உணர்வும் இல்லை. ஏனென்றால் நான் யாரையும் நிர்ப்பந்திக்க வில்லை. என் பிடிவாதமே அவனை நிர்ப்பந்தித்திருக்கலாம். ஆனால் அதற்கு நான் பொறுப்பில்லை - அம்மா தன்னை அப்பா வுக்கு இன்றியமையாதவளாக ஆக்கிக்கொண்டு அப்பாவை வளர்த்த மாதிரி. ஆனால் நான் எந்த சாகசமும் செய்யவில்லை என்பதே என் வெற்றி.

"வணக்கம்க்கா!"

நான் திடுக்கிட்டு நிமிர்ந்தேன். சுரீரென்று உரைத்த மதிய வெயிலில் கண் கூசிற்று. எதிரில் ஒரு பெண் நின்றிருந்தாள். க்ளினிக்கின் கேட்டருகில், என்னை சந்திக்கவே நிற்கிறாள் என்று தோன்றிற்று. ஏற்கனவே பரிச்சயமான முகம். சட்டென்று நினைவுக்கு வந்தது. மூன்று மாதங்களுக்கு முன் பேலுகுறிச்சியிலிருந்து செப்டிக் அபார்ஷனுடன் வந்திருந்த விதவை. 'மறுபடியுமா' என்ற சந்தேகத்துடன் "என்னம்மா, நா ஞாயிற்றுக்கிழமை அர்ஜண்ட் கேஸ் மட்டுதாம்மா பார்ப்பேன்" என்றேன்.

"அதுக்காக வர்லீங்கக்கா" என்றாள் இவள் தலையைக் குனிந்து.

"பின்னே என்ன விஷயம்."

"எதனா ஒரு வேலை குடுங்கக்கா. கஞ்சியோ கூழையோ சாப்பிட்டுக்கிட்டு இங்கயே சுருண்டு கிடக்கிறேன்."

சொல்லி முடிப்பதற்குள் அவளுக்கு துக்கம் தொண்டையை அடைத்துக் கண்களிலிருந்து நீர் விளிம்பு கட்டி நின்றது.

அவள் தனியாக வந்திருக்கிறாள் என்று தோன்றிற்று.

"பேலுகுறிச்சியிலலே நீ?"

"ஆமாங்க யாருக்கும் தெரியாம ஓடி வந்தேனுங்க."

அவள் மிகுந்த பதற்றத்தில் இருந்தாள். பேசும்போது உதடு துடித்தது. விரல்கள் நடுங்கின.

"உள்ளார வந்து பேசு வா. என்னம்மா இது திடீர்னு வந்து நின்னு வேலை கொடுன்னா எப்படி?" என்று முணுமுணுத்தபடி க்ளினிக்கின் வராந்தா கைப்பிடிச் சுவரில் அமர்ந்தேன்.

"நீங்க உதவுவீங்கங்கற நினைப்பிலே வந்தேங்கக்கா."

அவள் மறுபடி அழ ஆரம்பித்தாள். சில நிமிஷங்களுக்கு முன் இறக்கை கட்டிக் கொண்டு பறந்த என் மனசு சோர்ந்து அமர்ந்தது. கொடூரமாக யதார்த்த உலகத்துக்கு இழுபட்டது போல.

"நீங்க யாரு என்ன, எனக்கு ஒண்ணுமே தெரியாதேம்மா - என்ன பேரு?"

"அகிலா"

எதிர்பாராத தீவிரத்துடன் அவள் என்னை நிமிர்ந்து பார்த்தாள்.

"நா ஒரு பொம்பளைங்கறதை விட வேற என்னக்கா அடையாளம் சொல்ல முடியும்?"

எனக்கு வியப்பாக இருந்தது. ரொம்ப அறிவார்த்தமான வாதத்தை வைத்து என்னை மடக்குவது போல் இருந்தது.

"கூடப் பிறந்தவங்க, அப்பா அம்மா எல்லாம் இல்லையா?"

"இருக்காங்க. கூட வச்சு சோறு போடற மாதிரி வசதி இல்லீங்க. புருஷன் இறந்து ஒரு வருஷம் ஆகுது. மாமியா வூட்டுல தான் இருக்கேன் - நாய் பட்ட பாடு."

அவள் முகம் சிவந்து லேசான கோபம் படர்ந்தது. அவளே பேசட்டும் என்று சும்மா இருந்தேன்.

“பொழுதன்னைக்கு வேலைக்காரி இராப்போதுக்கு அண்ணன்மாருங்க யார் கூப்பிட்டாலும் போகணுங்கறாங்கக்கா.”

அவள் சேலைத் தலைப்பால் முகத்தை மூடிக்கொண்டு கேவினாள்.

“தூக்கு போட்டுக்கலாம் போல இருக்கு. ஆனா தைரியம் வரலேக்கா.”

அவள் சொன்னது உண்மையாய் இருக்கும் என்பது பற்றி எனக்குச் சந்தேகம் இல்லை.

இருபத்தைந்து வயதுக்கு மேல் இருக்காது. லட்சணமாக இருந்தாள். திடீரென்று மகாபாரத திரௌபதியின் நினைவு வந்தது சம்பந்தமில்லாமல். அர்ஜுனன் தான் கணவன் என்று நினைத்து வந்தவள், இன்னும் நால்வரோடு படுக்க வேண்டும் என்று உணர்ந்த போது என்ன செய்தாள்?

“இங்கே வேலை எதுவும் காலியில்லையேம்மா? நா என்ன செய்ய முடியும்? இப்ப வீட்டுக்குத் திரும்பிப் போ, காலியிருந்தா சொல்லி அனுப்பறேன்.”

அவள் சரேலென்று கீழே அமர்ந்து என் கால்களைக் கட்டிக் கொண்டாள்.

“என்னை அனுப்பிடாதீங்கக்கா. நீங்க இடம் கொடுக்க லேன்னா சாவைத் தவிர வேற வழியில்லே.”

எனக்கு சுரீரென்று கோபம் வந்தது. சற்றுமுன் என் மனசில் காருண்யம் பொங்கியதாக நான் நினைத்தது மாயை. அது சுய திருப்தியால் ஏற்பட்டது. தவிர, இவள் தோல்வியின் சின்னம். தோல்வியின் அடையாளங்களையே நான் இப்போது ஏற்க விரும்பவில்லை. “நா என்ன இங்கே அநாதை இல்லமா நடத்தறேன்? மாமியார் வீடு சரியில்லன்னா, பிறந்த வீட்டுக்குப் போ. பெத்தவங்க புரிஞ்சிக்கமாட்டாங்களா என்ன? உழைச்சு சம்பாதிச்சுப் பிழைச்சுக்கோ” என்றேன்.

அவள் இன்னும் அழுதபடி நின்றாள். என்னுடைய மனநிலையையே கெடுத்துவிட்ட அவள் மீது எனக்கு எரிச்சல் ஏற்பட்டது. மதிய சாப்பாட்டுக்கு எனக்காக அப்பா காத்திருப்பார். அவரிடம் பக்குவமாக சிவாவின் கடிதத்தைப் பற்றி சொல்ல வேண்டும் என்ற எனது திட்டத்தையே இவள் கெடுத்து விட்ட மாதிரி கோபம் வந்தது.

"இதப்பாரு, கிளம்பு. சோறும், கூரையும் கிடைக்குதுன்னா அங்கே இருக்கே? நீ ஒண்டி ஆளு, தனியா சமாளிச்சிக்கறது என்ன கஷ்டம்? குழந்தைங்க இருக்கா?"

"இல்லீங்க."

"பின்னே ஏன் அங்கே இருக்கே?" அவள் பதில் பேசாமல் நின்றாள். பிறகு மெல்லக் கேட்டாள்:

"இங்கே வேலை ஒண்ணும் கிடைக்காதாக்கா?"

"எதுவானாலும் செய்வேன்க்கா."

"எல்லா வேலைக்கும் ஆள் இருக்காங்க. பத்து நாள் பொறுத்து வா. யார்கிட்டயாவது சொல்லி வைக்கிறேன்." நான் எழுந்தேன். அவளும் வேறு வழி இல்லாமல் கிளம்பினாள். இவள் எதை நம்பி இப்படி ஓடி வந்திருக்கிறாள் என்று எனக்கு சங்கடம் ஏற்பட்டது.

க்ளினிக்கின் கேட்டை சாத்திவிட்டு நான் வீட்டிற்கு விரைந்தேன். ராசம்மா வாசலிலேயே நின்றிருந்தாள்.

"என்னக்கா, ஏதாவது கேசு வந்துச்சா? பெரியய்யா காத்துக்கிட்டு இருக்காங்க, நீங்க சாப்பிட வருவீங்கன்னு."

நான் உள்ளே விரைந்தேன். அப்பா கூடத்தில் அமர்ந் திருந்தார் டி.வி.யில் எதையோ பார்த்தபடி.

"வாங்கப்பா, சாப்பிடலாம்" என்றேன். "க்ளினிக்கிலேந்து என்னவோ கொண்டு வரணும்னு போனேன். அங்கே ஒரு பழைய பேஷண்டு வந்து உக்காந்துட்டா."

டி.வி.யில் வங்காளப் படம் ஓடிக் கொண்டிருந்தது. அதை அணைத்துவிட்டு அப்பா எழுந்தார்.

"க்ளினிக்லே என்ன வேலை" என்றார் எதேச்சையாக.

"ஒரு லெட்டர் வந்திருந்தது. அதை எடுத்து வர மறந்து போயிருந்தேன். கொண்டுவரப் போனேன்."

அப்பா லெட்டரைப் பற்றி விசாரிக்கவில்லை. இப்பொழுதெல்லாம் அவர் அதிகமாகப் பேசுவதில்லை என்று தோன்றிற்று. பாண்டுரங்கன் வீட்டில் கடைசியில் யார் கொள்ளி வைத்தார்கள் என்று நான் கேட்கவில்லை. அவரும் சொல்லவில்லை. என்னை உணர்ச்சி வசப்படுத்தக் கூடிய விஷயங்கள் என்ன என்று அவருக்குத் தெரியும். அதனாலேயே அவற்றைத் தவிர்க்கிறார். ஆனால் அவரது மௌனம் என்னை பல சமயங்களில் பலவீனப் படுத்துவதை நான் உணருகிறேன். இவருடைய எண்ணங்களை ஊடுருவும் சக்தி எனக்கில்லை. இவர் மனத்தில் என்ன ஏமாற்றங்கள் இருந்தாலும் அவற்றுக்கு நான்தான் காரணம் என்கிற குற்ற உணர்வுக்குப் பழகிவிட்டது இப்பவும் என்னுடைய மிகப் பெரிய பலவீனமாகத் தோன்றுகிறது.

"இன்னிக்கு எங்கேயாவது வெளியிலே போகப் போறீங்களாப்பா?" என்றேன்.

"இல்லேம்மா. சாயங்காலமா நடக்கத்தான் போவேன் வழக்கம்போலே. எதுக்குக் கேக்கறே?"

"கொஞ்சம் பேசணும் உங்களோட."

அப்பா சிரித்தார்.

"அடேயப்பா, எதுக்கும்மா இத்தனை முஸ்தீபு?"

ராசம்மா இடையில் புகுந்து "பொரியல் வைக்கட்டுமா அக்கா?" என்றாள்.

"முக்கியமா ஒரு விஷயம் பேசணும்" என்றேன் ஆங்கிலத்தில்.

"சரி" என்பதுபோல அப்பா தலையாட்டினார்.

"நீ வர்றதுக்கு லேட்டானதால, நா தூக்கம் கூடப் போட்டுட்டேன். சாப்பிட்டப்புறம் மேலே வா" என்றார்.

எங்களை அது வேணுமா இது வேணுமா என்று உபசரித்து விட்டு ராசம்மா டி.வி. எதிரில் சுவிட்சைத் தட்டிவிட்டு உட்கார்ந்தாள். வங்காளப் படம் இப்பவும் ஓடிக் கொண்டிருந்தது.

"மகாபாரதத் தமிழ் புரியலங்கறே. இது புரியுதா ராசம்மா?" என்று சிரித்தேன்.

"ஏதோ காதல் கதைக்கா. அது எந்த பாஷைன்னாலும் புரிஞ்சுக்கலாம்."

எனக்கு சிரிப்பு வந்தது. சற்று முன் ஏற்பட்டிருந்த எரிச்சல் மறந்து மீண்டும் உல்லாசம் புகுந்தது. ராசம்மா வங்காளக் காதலர்களைப் பரவசத்துடன் பார்த்துக் கொண்டிருந்தாள். ஞானசம்பந்தர் ஈசனையும் உமையையும் கண்டு பரவசப்பட்டதற்கும் இதற்கும் ஒரேவிதமான ஃப்ராய்டியன் விளக்கம் இருக்கும் என்று நான் நினைத்துக் கொண்டேன்.

அப்பா மேலே கிளம்பிச் சென்றதும் நான் அவரைப் பின் தொடர்ந்து சென்றேன்.

அப்பா சாய்வு நாற்காலியில் அமர்ந்து நிதானமாகக் கேட்டார்.

"யார்கிட்டேந்தும்மா லெட்டர்?"

மெல்லிய வியப்புடன் சிரித்தேன்.

"லெட்டர் நா பேச வந்ததுக்குக் காரணம்னு தெரிஞ்சிட்டீங்களா?"

"இரண்டும் இரண்டும் நாலுன்னு கணக்கு சொல்றதுல என்ன கஷ்டம்.'

"பரவாயில்லையே" என்று நான் பாராட்டினேன். "உங்க சாமர்த்தியத்தை நான் குறைச்சு மதிச்சுட்டேன் போலிருக்கு."

"கடிதம் எழுதினது யாருன்னு என்னால ஊகிக்கக் கூட முடியும்."

"யாரு" என்றேன் வியப்புடன்.

"டாக்டர் சிவகுமார்!"

ஓ!

"உங்களுக்கும் லெட்டர் போட்டிருக்கானா?"

"ஆமாம்."

எனக்கு திடீரென்று கூச்சம் ஏற்பட்டது. சிவாவின் செய்கைக்காக நன்றி சுரந்தது; சாமர்த்தியமாக நடந்துகொண்டு என் சங்கடத்தை குறைத்தற்காக.

"என்ன எழுதியிருக்கான்?"

"நீதான் படிச்சுப் பாரேன்" என்று எழுந்திருக்கப் போனவரை நான் தடுத்தேன்.

"வேண்டாம். சொல்லுங்க போதும்."

"எனக்கு இந்த காதல் கீதல் எல்லாம் புரியாது. உன்னை அஞ்சு வருஷமா காதலிக்கிறானாம். முந்தி ஒரு பையன் பெயர் அடிபட்டுதே அவன்தானா இது?" என்றார் அப்பா.

"ஆமாம்."

"நீ ரொம்பப் பிடிவாதமா இருந்தேங்கறான் இவ்வளவு வருஷமா..."

"இப்பவும்தான்."

"என்ன பிடிவாதம்?"

"அதை அவன் எழுதல்லியா?"

"இல்லே. எனக்கு தெரிஞ்சிருக்கும்னு நினைச்சிருப்பான்."

அவர் குரலில் ஏதோ மனத்தாங்கல் இருப்பதாகத் தோன்றிற்று.

"என்னைக் கல்யாணம் செய்துக்கணும்னா, இந்த ஊருக்கு வந்து இந்த வீட்டிலே என்னோட இருக்கணும்னு கண்டிஷன்..."

அப்பாவின் முகம் மாறினது போல் இருந்தது.

நான் தொடர்ந்தேன்.

"இத்தனை நாள் ஒத்துக்கலே. இப்ப ஒத்துக்கிட்டான்."

"எதனாலே?"

"அவனாலெ என்னை விட்டுட்டு இருக்க முடியலியாம். காதலுக்காக ஐயா கொள்கையை விட்டுக் கொடுக்கறாரு!"

நான் சிரித்தேன்.

அப்பா சிரிக்காமல் மிகத் தீவிரமான முகபாவத்துடன் அமர்ந்திருந்தார்.

"அது உண்மைன்னு படுதா உனக்கு?"

நான் திடுக்கிட்டேன். "உண்மைன்னு தான் நினைக்கிறேன். ஏன் உங்களுக்கு சந்தேகமா இருக்கா?"

"எனக்கு எல்லாமே அபத்தமா படுது. உன் கண்டிஷனும் அபத்தமா படுது. அவன் இங்கே வரேன்னு சொல்றதும் அபத்தமா படுது."

"அபத்தம்னு எப்படிச் சொல்றீங்க?"

"அவனுடைய விஷயத்தை முதல்லே எடுத்துக்க. ஹைதராபாத்லே நல்லா ப்ராக்டீஸ் பண்ணிட்டிருக்கான். பட்டணத்திலே வசதியோட இருந்து பழகிப் போனவன். இந்த கிராமத்துக்கு வர்றதுக்கு ஏன் சம்மதிக்கணும்?"

நான் சிரித்தேன்.

“அதுக்குப் பேர்தான் காதல்ங்கறது. உங்களுக்குத்தான் புரியலேங்கறீங்களே!”

அப்பாவின் முகத்தில் சிரிப்பின் சாயல் கூட இல்லை என்பதை அப்போதுதான் கவனித்தேன்.

“சரி, அது கிடக்கட்டும். இங்கே வரவேண்டிய அவசிய மென்ன?”

“நா போட்ட கண்டிஷன்னு சொன்னேனே?”

“அதுதான் ஏன்ங்கறேன்? நா சொன்னேனா என்னிக்காவது, வீட்டோட மாப்பிள்ளை வேணும்னு?”

தடம் எங்கோ புரள்வது போலிருந்தது.

“நீங்க சொல்லலே. நாதான் சொன்னேன் இப்பவும் சொல்றேன். நா இந்த வீட்டை விட்டுப் போக இஷ்டப்படலே.”

இதற்கு எப்படி பதில் சொல்வது என்று திகைத்தவர் போல் அப்பா பேசாமல் அமர்ந்திருந்தார். பிறகு மெல்ல எழுந்து திறந்திருந்த ஜன்னல் வழியாக வேடிக்கை பார்த்தார். எதிர்பாராமல் நான் உணர்ச்சி வசப்பட்டேன். அப்பாவுக்கு இந்த சின்ன விஷயம் கூட ஏன் ஆச்சரியத்தைத் தருகிறது என்று துக்கமேற்பட்டது.

“எனக்கு உங்களை விட்டுப் போக இஷ்டமில்லே” என்றேன். “அம்மா இறந்த பிறகு உங்களைக் கவனிச்சுக்க வேண்டியது என் பொறுப்பா நா நினைக்கிறேன்...” அப்பா சரேலென்று என்னைத் திரும்பிப் பார்த்தார்.

“அதுக்காக ஒரு வெளியாளைக் கட்டாயப்படுத்தி இங்கே தங்க வைக்கிறது என்ன நியாயம்?”

“கட்டாயப்படுத்தவேயில்லையே! இஷ்டமிருந்தா வாங்க, இல்லேன்னா உறவே வேண்டாம்னு சொல்லிட்டேனே?”

அப்பா சற்று நேரம் எதுவுமே பேசவில்லை. வார்த்தைகளை அளந்து பேசுபவர் போல் பேசினார்.

“ஒரு விஷயம் நீ மறந்துட்டே. இது என் வீடு. இந்த வீட்டிலே முன்னே பின்னே தெரியாத ஒருத்தனை தங்க வைக்க என்னுடைய அனுமதியில்லாம நீயா எப்படி முடிவுக்கு வரலாம்?”

சாட்டையடியாய் விழுந்தன வார்த்தைகள். வாயைத் திறக்க முடியாமல் பேச்சடைத்து போயிற்று எனக்கு. இப்படிப்பட்ட ஒரு கேள்வி எழும் என்ற எண்ணம் எனக்கு ஏன் உதிக்காமல் போயிற்று என்று ஆச்சரியம் ஏற்பட்டது. எனது வெற்றியின் அடையாளம் என்று நினைத்த கடிதம் இன்னும் என் உள்ளங்கையில் பதுங்கி யிருந்தது.

8

“**இ**து என் வீடு.” கண்ணை மூடி கண்ணைத் திறந்தால் வார்த்தைகள் ராட்சஸ பரிமாணம் பெற்று நின்றன. நான் குப்புறப் படுத்துத் தலையணைக்குள் முகத்தைப் பதுக்கினேன். இமை களுக்குள் புகுந்தன. இது என் வீடு. தாழ்வாரங்களைத் தாண்டி முதல் கட்டிலிருந்து ராசம்மா இருக்கும் நான்காம் கட்டு வீடியோ சுருன் போல் விரிந்தன. கிழக்கும் மேற்கும் வடக்கும் தெற்கும் மாறி மாறி நகரும் கேமராக் கோணங்களைக் காட்டி பரிகசித்தன. திரும்பிய கோணத்திலெல்லாம் கூரைக்கும், தரைக்குமாக அப்பா நிற்க, சுவர்களில் மோதி எதிரொலித்தன. ‘இது என் வீடு.’ என்னை ஓட ஓட விரட்டுகிற மாதிரி. இங்க சின்ன மூலைகூட இல்லை உனக்கு என்கிற மாதிரி பாதாதி கேசம் வரை எனக்குக் கூசிற்று.

சின்ன வயசில் அம்மா சொன்ன காக்கா குருவி கதை ஞாபகம் வந்தது. காக்கா கதவைத் திறக்கும், மழைக்கு ஒதுங்க இடமளிக்கும் என்று நம்பி வெளியே காத்திருந்த அசட்டுக் குருவியின் நினைவு வந்தது. கடைசியில் குருவியை உள்ளே விட்டக் காக்கா, ‘குளிருகிறதா, இந்தத் தோசைக்கல்லின் மேல் படு, இதமாக இருக்கும்’ என்ற கொடூரச் சொற்கள் ஞாபகத்துக்கு வந்தன. அந்தக்

குருவியின் நிலைக்கும் என்னுடைய இன்றைய நிலைக்கும் வித்தியாசமில்லை என்று தோன்றிற்று. படுசாமர்த்தியமாக எனது கோரிக்கையை சாதித்துக் கொண்ட மெதப்பில் நான் நிற்கையில் தோசைக் கல்லை என் முகத்திலே விட்டெறிந்தார் அப்பா.

'இது என் வீடு.'

'என்னுடைய அனுமதியில்லாம நீயா எப்படி முடிவுக்கு வரலாம்?'

தர்க்கரீதியாக மிக நியாயமான கேள்வி. தர்க்கத்திற்கு அப்பாற்பட்ட உறவு எங்களுடையது என்ற அசட்டுக் கணக்கு நான் போட்டது தான் தவறு. நான் என் பிறப்பின் காரணத்தால் இந்த வீட்டின் நிரந்தர அங்கமாக இருக்க முடியாது. எனக்கு அதற்கு உரிமையில்லை. முன்பின் தெரியாத ஒரு மருமகளை எற்றுக் கொள்வது போல ஒரு மருமகனை ஏற்றுக் கொள்ள முடியாது. ஏனென்றால் இது ஒரு ஆதிக்கப் பிரச்சினை.

கதவு லேசாகத் தட்டப்பட்டது.

"அக்கா அக்கா" என்ற ராசம்மாவின் குரல் கேட்டது. நான் பதில் சொல்லவில்லை. கண்மூடிப் படுத்திருந்தேன். அவள் ஏன் கூப்பிடுகிறாள் என்று எனக்குத் தெரியும். பண்ணையிலிருந்து பெண்கள் கும்மியடிக்க வந்திருக்கிறார்கள். பொங்கல் பண்டிகைக்குப் பின் மழைப்பாட்டுப் பாடி நெல்லும் பணமும் வாங்கிப் போவார்கள். வருஷா வருஷம் இது ஒரு சடங்கு. வெளிமுற்றத்தில் கூடி நின்று வருண பகவானை வேண்டி ஆளுக்கு ஒரு பக்கம் ராகத்தை இழுத்தாலும் தாளம் பிசகாமல் கும்மி அடிப்பார்கள். என் ஜன்னலுக்கு நேர் கீழே முற்றம் இருந்தது.

"அக்கா எழுந்திருக்கவே இல்லீங்கய்யா" என்றாள் ராசம்மா.

"தலைவலின்னு படுத்திருக்கா, தொந்தரவு செய்யாதே. இவங்க ஆடிட்டுப் போகட்டும்" என்றார் அப்பா.

'தானே தானே' என்று ஒருத்தி சந்தம் பாடினாள். பிறகு நான்கைந்து குரல்கள் சேர்ந்து ஒலித்தன.

மானத்து ராசாவோ மழைக்கிரங்கும் புண்ணியரே
சோலத்துப் பெண்கலெல்லாம் சோத்துக்கு வாடுகிறோம்
கன்னங்கருத்த மழை காலூணிப் பெய்யும் மழை
இன்னும் கருக்கலியே
மாரி மழை பெய்யாதோ
மலையில் வெள்ளம் சாயாதோ
சட்டியிலே மாக்கரைச்சு சந்தியிலே கோலமிட்டோம்
கோலம் அழியுதுக்கு கோடி மழை பெய்யாதோ

என் மூடிய கண்களுக்குள் பெண்கள் தீவிரமாக பாடிக் கொண்டு வலம் வந்தார்கள். எனக்கு அவர்களைத் தனித்தனியாகத் தெரியும். அஞ்சலை, கருப்பாயி, சரோஜா, ருக்குமிணி, நீலம்மா - குளித்து கன்னத்தில் மஞ்சள் மினுமினுக்க சீலையைப் பின்னால் கொசுவம் வைத்துக் கட்டி வருவார்கள். உற்சாகமான பேச்சும் சிரிப்பும், கும்மி அடிக்க ஆரம்பித்தவுடன் மறைந்து போகும். வார்த்தைகளின் லயிப்பிலோ, அல்லது வார்த்தைகளை மறந்து விடக்கூடாதோ என்ற கவலையிலோ முகபாவம் இறுகிப்போகும்.

'பத்து இடத்திலே பாடினோம்னு வெச்சுக்க, பதினோறாவது இடத்துக்குப் போறதுக்குள்ளே நிச்சயமா மழை பெய்யும்' என்பாள் அஞ்சலை.

'இதைப்பத்தி அரசாங்கத்துக்கு எழுதிப் போடறேன்' என்று நான் பரிகசிப்பேன். 'மெய்தாம்மா' என்பார்கள் மற்றவர்கள் ரோசத்துடன். யாரும் பரீட்சித்துப் பார்த்ததில்லை. 'நீ நம்பிக்கை யோடு செய்யி. பலன் நிச்சயமா உண்டு' என்று அஞ்சலை கண்டிஷன் பேசுவாள்.

எனக்கு சம்பந்தமே இல்லாமல் கண்ணில் நீர் துளிர்த்து இமைகளைக் குத்திற்று. வருஷா வருஷம் நான்தான் இவர்களுக்கு

வெற்றிலை பாக்கு வைத்து நெல்லும் பணமும் கொடுப்பேன். என் வீட்டுக்கு வருபவர்களை உபசரிக்கிறேன் என்கிற நம்பிக்கையில். ஆதாரமற்ற நம்பிக்கைகளுக்கு பலன் இருக்காது என்பது அஞ்சலைக்குத் தெரியாது. கீழே சந்தடி அடங்கிவிட்டது. "கும்பிடறோமுங்க" என்று ஒவ்வொருத்தியாக சொல்லிக் கிளம்பிப் போனார்கள். "சின்னம்மா வந்து கொடுக்கட்டும்" என்று எவளும் வற்புறுத்தாதது எனக்கு ஏமாற்றமாக இருந்தது. எதிரில் பார்த்தால் எத்தனை விசுவாசம் காண்பிக்கும் பெண்கள். இவர்களில் எத்தனை பேருக்குப் பிரசவம் பார்த்திருக்கிறேன். எத்தனை பேருக்கு வேண்டாத கருவைக் கலைத்திருக்கிறேன். எல்லாவற்றையும் மறந்து நெல்லும் பணமும் முந்தானையில் வந்திறங்கியதும் முடிந்து கொண்டு போய் விட்டார்களா?

திடீரென்று நான் நிராயுதபாணியாய் நிற்பது போல என்னை பலவீனம் ஆட்கொண்டது. சாம்பல் பூத்த ஒரு அந்தி மாலையில் கருமை நிழல்படிந்த முற்றத்தில் நிலைகுலைந்து உட்கார்ந்திருந்த அம்மாவின் மனநிலை என்னை இன்று நேரடியாகத் தாக்கிற்று. இன்று எனக்கு ஏற்பட்ட அதிர்ச்சியை விட அம்மாவுக்கு அன்று ஏற்பட்ட அதிர்ச்சி அதிபயங்கரமாக இருக்க வேண்டும் என்று புரிந்தது. ஒரு வழியாக அந்த கண்டத்தைத் தாண்டிய பிறகு அம்மா அதிலிருந்து முழுமையாக மீண்டுவிட்டதாக அப்பா சமாதானமாகி யிருப்பார். ஆனால் மீளவில்லை என்பது எனக்குத்தெரியும். என்னிடம் அவள் விட்டுச் சென்ற விடுகதைக்கு விடையைக் காணும் பரிதவிப்பில் நான் இருப்பதை யாரிடமும் விளக்க முடியாது. அந்தச் சுமையை நான் இழுத்தே ஆகவேண்டும் என்ற நிர்ப்பந் தத்தை விளக்க முடியாது. அப்பாவிடம்கூட அதனாலேயே அவர் கேட்ட கேள்விக்கு என்னால் பதில் சொல்ல முடியாமல் போயிற்று.

"என் அனுமதியில்லாம நீயா எப்படி முடிவுக்கு வரலாம்?"

அந்தக் கேள்வியில் நான் நிலைகுலைந்து போனேன். மூளை ஸ்தம்பித்துப் போனது போல விழிகள் பிதுங்க சில வினாடிகள் நின்றேன்.

அப்பாவின் முகத்தில் ஆற்றாமையை விட கோபம் அதிகம் இருந்தது போல் தோன்றிற்று. எதற்காக இந்தக் கோபம்? எனது முட்டாள்தனத்தை நினைத்தா? அவரது நேரடி வாரிசு, அதனால் இந்த வீட்டிற்கு நானும் சொந்தக்காரி என்று நானாக முடிவெடுத்தது சங்கடத்தை ஏற்படுத்திற்றா? மகனைப் போலத்தான் நானும் என்று நான் நிரூபிக்கப் பார்க்கும் அதிப்பிரசங்கித்தனமா? உன் வீடு இது என்று யார் சொன்னது என்று அவர் கேட்பது போலிருந்தது. அந்தக் கணம் நான் போட்ட கணக்கு தப்பு என்று புரிந்தது. இந்தக் கணக்கைப் போடவும் கடைசியில் விடை கிடைக்கவும் நான் எத்தனை பிரயாசைப்பட்டேன் என்று நினைத்து துக்கம் ஏற்பட்டது. நான் தலையைக் குனிந்துகொண்டேன். கண்களில் நீர்வரக்கூடாது என்று இறுகிக் கொண்டேன்.

"ஓ, அந்த கோணத்திலே நா நினைச்சுப் பார்க்கலே, தப்புதான்" என்றேன். சோர்வுடன் எழுந்தபடி லேசாகச் சிரித்தேன்.

"உங்களுக்கு இந்த ஏற்பாட்டிலே இஷ்டமில்லேன்னா எனக்குக் கல்யாணம் வேண்டாம். நீங்களும் இந்த வீடும்தான் எனக்கு முக்கியம்."

அப்பா ஏதோ பேச ஆரம்பிப்பதற்குள் நான் அறையை விட்டு வெளியேறி என் அறைக்கு வந்து தாழ்ப்பாள் போட்டுக் கொண்டேன். இப்பொழுது நினைத்தால் நான் சினிமா வசனம் பேசினது போல் இருக்கிறது. உண்மையில் ராசம்மாவுக்கும் எனக்கும் அதிக வித்தியாசமில்லை என்று தோன்றிற்று. இரண்டாம் கல்யாணம் கூடாது என்று வீட்டுப் பெரியவர்கள் சொன்னதும் குழப்பம் எதற்கு என்று அவள் தன் யௌவனத்தை பலியிட்டது போல நானும், 'வீடுதான் எனக்கு முக்கியம்' என்ற ஒரு மாயத்திரையை கண்ணுக்கு மேலாக இழுத்து எதிர்பாராமல் வந்த வாழ்வை உள்ளங்கையில் வைத்துக் கசக்கி எறிகிறேன். அறைக்குள் நுழைந்து கையை விரித்த போது சிவாவின் கடிதமும் அதன் வார்த்தைகளும் சுருங்கி வியர்வையில் உருக்குலைந்திருந்தன.

அதை இன்னும் நன்றாகச் சுருட்டி பந்தை எறிவது போல் குப்பைக் கூடையில் எறிந்தேன்.

என்னுடைய பேச்சின் தாக்கம் அப்பாவுக்கு எப்படி இருக்கும் என்று என்னால் ஊகிக்க முடியவில்லை. என் திருமணத்தை அப்பா ஆட்சேபிக்கவில்லை. அதற்குப் பின் எங்கேயாவது போய்விடு என்கிறார். புருஷன் வீட்டுக்குப் போ அதுதான் முறை என்கிறார். அவன் மனைவி என்ற காரணத்தால் அவன் குடும்பத்தைச் சேர்ந்தவள் ஆவாய். இங்கு தொங்கிக் கொண்டிருக்க வேண்டிய அவசியமில்லை. தந்தை வழி மரபு இது. மாற்றப் பார்க்காதே - மாற்றுவேன். மரபுகள் உடைக்கப்பட வேண்டும்.

ஊர் ஜனங்க நம்பிக்கையைக் கேள்வி கேட்க முடியாது என்று பெற்ற பெண் இருக்க பாண்டுரங்கனுக்கு கொள்ளி வைக்க ஆள் தேடின அசட்டுத்தனம் இங்கே ஏற்படக் கூடாது. எனக்குப் பதிலா ஒரு ஆண் பிறந்திருந்தா, இப்படிக் காலையிலேந்து படுக்கப் போற வரை உங்களை கவனிச்சிருப்பானான்னு நா நினைக்கல்லே. சாப்பிட்டீங்களா, தூங்கினீங்களா, துவையல் வேணுமா, சப்பாத்தி வேணுமா, ரத்த அழுத்தம் பார்க்கவா, சலவை செஞ்ச வேட்டி திரும்பி வந்ததா என்று யாரும் உங்களைக் கவனிச்சிருக்கப் போறதில்லே. இது நானாக இருக்கக் கொண்டு செஞ்சேன்னு சொல்லல்லே. என் நிலையிலே இருக்கிற எவளும் செஞ்சிருப்பா. அதை நீங்கதான் புரிஞ்சுக்கல்லே. அந்த பாண்டுரங்கன் மகளும் செஞ்சிருப்பா. கொள்ளி வைக்க நீ லாயக்கில்லேன்னு சொன்னதும் அவள் பட்ட துக்கம் எனக்குத்தான் புரியும்.

நேரம் ஊர்ந்தது. என்னுடைய பிடிவாதம் இறுகிற்று. வஜ்ரம் பாய்ந்து போனதுபோல சிந்தனை நகர மறுத்தது. கல்யாணமான பிறகு நான் கிளம்பிட வேண்டும் என்று நீங்கள் எதிர்பார்த்தால் எனக்கு அந்தக் கல்யாணம் வேண்டியதில்லை. அந்தக் கடிதம் வந்ததே ஒரு கனவாக நினைக்கிறேன். ஒரு மணி நேரம் எனக்கு மகிழ்ச்சியைத் தந்த ஒரு சுகந்தக் கனவாக.

இந்த என் யுத்தம் தொடரும். இது உன் வீடு என்று நீங்கள் சொல்லும்வரை. அதற்காக காவு கொண்ட என் யௌவனம் இங்கு பிசாசாக உலவட்டும். பரவாயில்லை. அதற்கு எத்தனையோ வடிகால்கள். அவற்றை ஏற்படுத்திக் கொள்ளும் சாமர்த்தியம் எனக்கு உண்டு. ஆனால் இங்கிருப்பது எனது பிறப்புரிமை. நீங்கள் விரும்பினாலும் விரும்பாவிட்டாலும் . சிவா? சிவா என்ன நினைப்பான்? கோபப்படுவான் நிச்சயம். இது ஒரு தேறாத கேஸ் என்று புரிந்து கொள்வான்... மனசு கனத்தது. நான் எழுந்தேன்.

ஜன்னலுக்கு வெளியே இருள் சூழ்ந்திருந்தது. அறைக்குள் விளக்கேற்றக் கூடத் தோன்றாமல், இருளைப் பற்றிய பிரக்ஞை இல்லாமல் நான் எனது யோசனையில் இதுபோல் என்றும் மூழ்கியதில்லை. தோற்றுப் போனவளைப் போல முடங்கிக் கிடந்ததை நினைத்து வெட்கமேற்பட்டது. மேஜை விளக்கை ஏற்றிவிட்டு குளியலறைக்குச் சென்று முகத்தில் குளிர்ந்த நீரை இறைத்துக் கழுவினேன். கண்ணாடியில் தெரிந்த முகம் செத்திருந்தது. நான் அவசரமாக முகத்தை துடைத்துக் கொண்டு அறையை விட்டு வெளியே வந்தேன். கூடத்தில் டி.வி. ஓடிக்கொண்டிருந்தது. ராசம்மாவைக் காணோம்.

சுறுசுறுவென்று எனக்குக் கோபம் கிளம்பிய சமயத்தில் வாசலில் அவள் குரல் கேட்டது.

"வேற எங்கேயாவது கூட்டிப் போங்கய்யா. அம்மாவே உடம்பு சரியா இல்லாம இன்னிப் பொழுதன்னைக்கும் படுத்திருக்காங்க."

கேட்டருகில் ஏதோ தெளிவற்ற குரல்கள் கேட்டன.

"இந்த ஊரிலே வேற டாக்டரா இல்லே? காலங்கடத்தாம போவீங்களா - அம்மாவுக்கு உடம்பு சரியில்லேன்னு சொன்னாப் புரியாது?"

நான் ரெண்டெட்டில் வாசலை அடைந்தேன். தெருவில் ஒரு குதிரை வண்டி நின்றிருந்தது. ஒரு ஆளும் ஒரு பெண்ணும் கேட்டருகில் நின்றிருந்தார்கள்.

“என்ன ராசம்மா?” என்றேன்.

ராசம்மா சடக்கென்று திரும்பினாள். “எழுந்துட்டீங் களாக்கா?” என்றாள் நிம்மதியுடன்.

“ஏதோ அவசர கேஸாமா. நீங்கதான் பார்க்கணும்னு பிடிவாதமா நிக்கறாங்க.”

நான் கேட்டருகில் சென்றேன். அந்தப் பெண்ணுக்கு நடுத்தர வயதிருக்கும்.

“யாரும்மா? யாருக்கு என்ன உடம்பு?” என்றேன்.

“தாயீ, நீதான் காப்பாத்தோணும்” என்றாள் அவள் கண்களில் நீருடன். “மவ சாவக்கிடக்குதுங்க” என்று வண்டியைக் காட்டினாள். கூட நின்றிருந்த ஆள் வாயைத் திறக்கவில்லை.

“சாகக் கிடக்கையிலே இங்கே கூட்டிவறியா? என்ன உடம்பு?” என்றேன் லேசான எரிச்சலுடன்.

“நீதான் பார்த்து சொல்லோணும் தாயி” என்றாள் அவள் கேவலுடன்.

“உங்ககிட்ட ஏற்கனவே வந்திருக்கா என் மவ.”

எனக்குப் புரியவில்லை. வண்டிக்குள் இருட்டாக இருந்தது. ஒரு பெண் உருவம் சுருண்டு நினைவில்லாமல் படுத்திருந்தது.

“க்ளினிக்குக்கு வண்டியைக் கொண்டாங்க” என்றேன்.

“நா திறக்கிறேன்க்கா” என்று ராசம்மா முன்னால் ஓடினாள்.

பரிசோதனை அறைக்குள் நான் உட்கார்ந்திருந்தபோது அந்த ஆள் ஆட்டுக்குட்டியைத் தூக்கிக் கொண்டு வருவது போல அந்தப் பெண்ணைத் தூக்கிக் கொண்டு வந்து பரிசோதனை மேஜையில் கிடத்தியபோது எனக்குத் தூக்கி வாரிப் போட்டது. இன்று மதியம் வந்து ‘வேலை கிடைக்குமா’ என்று கெஞ்சிய அகிலா. ‘நீங்க வேலை கொடுக்கலேன்னா தூக்குப் போட்டுக்க வேண்டியதுதான்’ என்று பயமுறுத்தியவள்.

'அடிப்பாவி!' என்று சபித்தபடியே நான் மேஜைக்கு விரைந்தேன்.

"என்ன ஆச்சு இவளுக்கு?" என்றபடி நாடியைப் பிடித்து இமைகளைத் தூக்கிப் பார்த்தேன்.

செத்திருந்தாள்.

"பூச்சி மருந்தை சாப்பிட்டுட்டாம்மா" என்றாள் அம்மாக்காரி.

"ஏன்?"

"என் தலைவிதி தாயி. அவளுக்குப் புகுந்த இடம் சரியில்லே. பிறந்த வீட்டிலே எனக்குத் துப்பில்லே. நானே மருமகளை அண்டிக் கிடக்கிறேன். எவளும் இங்கே அவளை இருக்க விடலே. அவ பிழைச்சு எழட்டும். கூலி வேலை செஞ்சு நானும் அவளும் கஞ்சியோ கூழோ குடிப்போம்."

"இதை நீ முன்னாடியே யோசிச்சிருக்கணும்" என்றேன் சோர்வுடன். "இப்ப பிரயோசனமில்லை. உம் மவ இறந்துட்டா"

"இறந்துட்டாளா?" என்றாள் அவள் விறைத்து. "அடிப்பாவி முண்ட!" என்று ஓலமிட்டாள், அடிபட்ட பட்சிபோல. வெளியே நின்றிருந்த மகன் உள்ளே வந்தான். அந்தப் பெண் வயிற்றிலும் வாயிலும் அடித்துக் கொண்டாள்.

"பிறந்த வூட்டுல தங்க இடமில்லேன்னு விரட்டுனீங்களேடா, போயிட்டா மவராசி - உங்க தயவு வேண்டாமின்னு..."

அவனும் திகைத்தவன் போல் நின்றான். பிறகு மறுபேச்சு பேசாமல் மறுபடி ஆட்டுக்குட்டியை அள்ளுவது போல தங்கையின் சடலத்தைத் தூக்கிக் கொண்டு வெளியில் நடந்தான். பெற்றவள் புலம்பிக் கொண்டே பின்னால் நடந்தாள்.

"வரேன் தாயீ" என்றாள் திடீரென்று என் நினைவு வந்தவள் போல. "உங்ககிட்ட வேலை கேட்க வரப்போறேன்னு சொல்லிக் கிட்டிருந்தா பாவி. புத்தி கெட்ட ஜென்மமா போனாளே!" சற்று நேரம்

வரை அவளுடைய ஓலம் கேட்டுக் கொண்டிருந்தது. குதிரை வண்டி கிளம்பிப் போன பிறகும் கேட்டது.

"இறந்துருச்சாக்கா அந்தப் பொண்ணு?"

ராசம்மா அங்கேயே நின்றிருந்ததை அப்பொழுதுதான் நான் கவனித்தேன்.

என் உடம்பு லேசாக நடுங்கிற்று. 'அதுக்கு நீங்கதான்க்கா பொறுப்பு' என்கிற மாதிரி இருந்தது.

"ஏன் செத்துச்சாம்?"

"தெரியாது ராசம்மா' என்றேன் ஆயாசத்துடன். "மொத்தத்திலே வாழ தைரியமில்லாததால் தானே செத்திருக்கணும்?"

டார்ச் விளக்கைப் பிடித்தபடி முன்னால் நடந்த ராசம்மா சடக்கென்று நின்றாள்.

"எதெ வெச்சு வாழறது? படிப்பு இல்லே, புருஷனில்லே. பிறந்த ஊடு புகுந்த ஊடு ரெண்டுலேயும் ஆதரவு இல்லே. தெனம் தெனம் சாவறதை விட ஒரேடியாய் சாவறது தேவலேன்னு இருந்திருக்கும்."

"உனக்குத் தெரியுமா அவளை?"

"தெரியாது. அம்மாக்காரி வெளியிலே நின்னுக்கிட்டு அழுதது."

"ஒரு பொம்பளை என்கிற அடையாளத்தைவிட வேற என்னக்கா அடையாளத்தை சொல்லட்டும்?" என்று அகிலா கேட்டது எனக்கு நினைவுக்கு வந்தது.

அந்த அடையாளத்தை என்னை விடத் துல்லியமாக ராசம்மா உணர்ந்து கொண்ட மாதிரி இருந்தது.

"சாவறது நிவர்த்தி இல்ல ராசம்மா. பெண்கள் சாகத் தயாரா இருந்தா சமூகம் சாகடிக்கக் காத்திருக்கும்" என்றேன் திடீர் தீவிரத்துடன்.

"டி.வி.யில வர்ற கிருஷ்ணர் மாதிரி பேசறீங்க" என்று ராசம்மா சிரித்தாள்.

9

"இன்னும் எத்தனை பேர் இருக்காங்க மீனாட்சி?" என்றேன். மீனாட்சி லேசாகக் கதவை ஒருக்களித்து வெளியே பார்த்து , "இருப்பாங்கக்கா இருபது இருபத்து அஞ்சி பேர்" என்றாள். "ஏங்க்கா? வெளியிலே எங்காச்சும் போகணுமா?"

"இல்லை" என்று தலையசைத்தேன். மணி பணிரெண்டு. இருபத்து ஐந்து பேர் இன்னும் இருக்கிறார்கள் என்றால் குறைந்த பட்சம் 3 மணி நேரமாவது தேவை.

"ராசம்மாவுக்குத் தெரிவிச்சிடு, நிறைய பேஷண்டு காத்திருக்காங்கன்னு. சாப்பாட்டுக்காக அப்பா எனக்காக காத்திருக்க வேண்டாம். என் சாப்பாட்டை இங்கேயே அனுப்பிட சொல்லு."

"ஏங்க்கா? இவங்களை அரைமணி நேரம் காத்திருக்கச் சொன்னாப் போவுது. நீங்க இடையிலே சாப்பிட்டுட்டு வாங்களேன்."

எனக்குச் சுரீரென்று கோபம் வந்தது. " நா சொன்னபடி செய் மீனாட்சி" என்று எரிந்து விழுந்தேன்.

அவள் லேசானத் திகைப்புடன் என்னைப் பார்த்துவிட்டு ,

"சரி பாவாயியை சொல்லிவிட்டு வரச்சொல்றேன்" என்று வெளியேறினாள்.

என் எதிரில் ஸ்டூலின் மேல் மூஞ்சூறு போல உட்கார்ந்திருந்த இளம் பெண் நெளிந்தாள். முதல் பிரசவம். ஏற்கனவே பயத்திலும் பலவீனத்திலும் முகம் வெளிறியிருந்தது. என் இறுகிப் போன முகத்தைக் கண்டு இன்னும் கலவரம் தெரிந்தது. அவளைப் பரிசோதனை செய்யும்போது "பாவாடையையும் பாடியையும் ஏன்

இப்படி இறுக்கிக் கட்டியிருக்கே?” என்று கோபித்தேன். தடுப்புக்கு வெளியே நின்றிருந்த அவளுடைய அம்மாவிடம் “விளக் கெண்ணெய், பேதி மருந்து அது இதுன்னு தொடர்ந்து குடுத்தியானா, நா பிரசவம் பார்க்க மாட்டேன்” என்று அதட்டினேன். இன்று எல்லார் மீதும் கோபத்தைக் கக்க வேண்டும் போல் இருந்தது. அதற்காக கூச்சமோ குற்ற உணர்வோ ஏற்படவில்லை. எனக்கு ஆசானாக இருந்த டாக்டர் லட்சுமியின் நினைவு திடீரென்று வந்தது. கைராசிக்கு பெயர் போனவர். நான் ஹவுஸ் சர்ஜனாக இருந்தபோது அவரிடம் பயிற்சி கிடைத்தது. அவர் கைபட்டு ஒரு கேஸ் பொய்த்தது என்ற பேச்சே இல்லை. ஆனால் அந்த மனுஷிக்கு மருந்துக்கு முகத்தில் சிரிப்பிருக்காது. மனிதநேய உணர்வு இருக்கிறதா என்றே சந்தேகமாக இருக்கும். பிரசவ வேதனை தாங்காமல் ஒரு பெண் அலறினால், ‘சீ வாயை மூடு புருஷன்கிட்ட போகும்போது மட்டும் நல்லாயிருந்ததோ?’ என்பார். இன்னும் அசிங்கமாகக் கூடத் திட்டுவார். அந்தப் பேச்சைக் கேட்டு எத்தனையோ நாட்கள் நான் வெறுத்துப் போயிருக்கிறேன். நானும் மற்றவர்களும் அதற்கு மனோவியல் காரணங்கள் சொல்லிப் பிறகு சமாதானமாகிக் போவோம். பாவம், காதலில் தோற்றுப் போனவர். காதலைப் பெற்றோர் ஏற்கவில்லை. அந்த ஏமாற்றம்தான் விஷமாய் நாக்கு நுனியில் அமர்ந்திருக்கிறது.

டாக்டர் லக்ஷ்மியின் வாரிசாக நான் ஆகலாம் என்று நினைத்துக் கொண்டேன். அந்த நினைப்பு எனக்கு எந்த அதிர்ச்சியும் ஏற்படுத்தவில்லை. என்னுடைய மனநிலையை உணர்ந்து கொண்டு, அதற்கான காரணம் புரியாமலே மீனாட்சி வாயைத் திறக்காமல் பேஷண்டுகளைப் பற்றின குறிப்பை எழுதிக் கொண்டு ஒவ்வொருத்தராக உள்ளே அனுப்பிக் கொண்டிருந்தாள். சாதாரணமாகப் பேஷண்டுகளின் சரித்திரம் பூராவும் எனக்கு அத்துப்படி. மனோதத்துவ வைத்தியரிடம் கக்குவது போல என்னிடம் எல்லாவற்றையும் கக்குவார்கள். அவர்களது பாரத்தை

யெல்லாம் ஏற்கும் மனநிலையில் இன்று நான் இல்லை. இயந்திர கதியில், அதிகம் பேசாமல், கிட்டத்தட்ட டாக்டர் லக்ஷ்மியின் ஆவி என்னை ஆட்கொண்டதைப் போல இயங்கினேன். ஆவிகள் அலைந்து கொண்டிருக்குமாம் ஏதாவது மனித சரீரம் கிடைக்காதா என்று. பலவீனமானவர்கள் கிடைத்தால் கப்பென்று பிடித்து விடுமாம். ஆவி உலகத்தில் நம்பிக்கை உள்ள ஒருத்தர் என்னிடம் இதைச் சொன்னபோது சிரித்தேன். இப்போது டாக்டர் லக்ஷ்மியை நினைத்த மாத்திரத்தில் நானே அப்படி மாறிப்போனதான உணர்வு என்னைக் கலவரப்படுத்திற்று. டாக்டர் லக்ஷ்மி தற்கொலை செய்து கொண்டதாக கேள்வி. மங்கம்மா, லக்ஷ்மி, நேற்று இறந்த அகிலா எல்லாரும் என் சரீரத்துக்குள் புகுந்து கொள்ளலாம். அவர்கள் எல்லாருடைய ஏமாற்றங்களும், அபத்தங்களும், துக்கங்களும், கோபங்களும் என்னுள் ஆவிர்பவித்து என்னை ஆட்டுவிக்கும். சின்னப்பெண்ணாக இருந்தபோது பாட்டியுடன் ஒரு மாரியம்மன் கோயிலுக்குச் சென்ற போது அங்கு ஒரு பெண் தலைவிரி கோலமாய் மூச்சிறைக்க நின்றிருந்தாள். தஞ்சாவூர் பொம்மைபோல் தலை ஆடிக்கொண்டிருந்தது. உடம்பு நடுங்கிக் கொண்டிருந்தது. பூசாரி மகா கோபமாய் என்னென்னவோ வார்த்தைகள் சொல்லி வேப்பிலைக் கொத்தால் அவளை அடித்துக் கொண்டிருந்தார். சுற்றிலும் இருந்த கூட்டம் அதை ரசித்துப் பார்த்துக் கொண்டிருந்தது போலத் தோன்றிற்று. நான் பீதியுடன் பாட்டியின் புடவை சுருக்கத்துள் முகத்தைப் புதைத்துக் அழ ஆரம்பித்தேன். "போயிறலாம் போயிறலாம்" என்ற என் அலறலில் பாட்டி என்னைத் தூக்கிக் கொண்டு வண்டிக்கு வந்தாள். குதிரை வண்டியில் அமர்ந்து வீட்டுக்குச் செல்கையில் அவள் மடியில் முகத்தைப் புதைத்துக் கொண்டேன், "ஏன் அடிக்கறாங்க, ஏன் அடிக்கறாங்க?" என்று புலம்பியபடி. "அந்தப் பொண்ணுக்குப் பேய் பிடிச்சிருக்கு; அதை பூசாரி அடிச்சு விரட்டறாரு" என்றாள் பாட்டி சாதாரணமாக. "அப்படின்னா?" என்ற என் கேள்விக்குப் பாட்டி சரியாக பதில் சொல்லவில்லை. "அது ஏதோ காத்து கருப்பு பட்டிருக்கும்.

அதனாலெதான் வயசுக்கு வந்த பெண்கள் தனியா வெளியிலே போகக் கூடாதுன்னு சொல்றது." பாட்டியின் வார்த்தைகள் என்னை அதிகமாகக் கலவரப்படுத்தின. "பெண்களை மட்டும் ஏன் பேய் பிடிச்சுக்கணும்?" என்று கேட்டேன். பாட்டிக்கு அதற்குள் சுவாரஸ்யம் போய்விட்டது. "அது அப்படித்தான் பெண்ணுன்னா பேய் கூட இரங்கும்னு பழமொழி கூட இருக்கில்லே. இனிமே பேசாம இரு. தொணதொணக்காதே." என்றாள். வீடு போய் சேர்ந்து வெகு நாட்கள் வரை எனக்கு அந்த பெண் தலைவிரி கோலமாய் நினைவில் நின்று குழப்பினாள். டாக்டர் பட்டம் பெற்று இந்த க்ளினிக்கை திறந்த பிறகுதான் அந்தப் பழமொழியின் அர்த்தம் புரிந்தது. இங்கு வரும் பெண்களிடம் புகுந்திருக்கும் பேய்களை விரட்டும் பூசாரி நான்தான் என்று பட்டது. இப்போது எனக்கே ஒரு பூசாரி வேண்டும் என்று தோன்றிற்று. ஸ்கேனுக்காக நான்கு பெண்கள் காத்திருப்பதாக மீனாட்சி வந்து சொன்னாள். நீரைக் குடிக்க வைத்து கழிவறை பக்கம் அவர்களை போக விடாமல் பார்த்துக் கொள்வது மீனாட்சிக்குப் பெரிய சிரமம்.

நான் எழுந்தேன். வெளியே கர்ப்பிணிகள் நெளிந்தபடி உட்கார்ந்திருந்தார்கள். வெட்கங்கெட்ட பெண்கள் என்று மனத்துள் சபித்தபடி ஸ்கேன் ரூமுக்குச் சென்றேன். யாருக்கும் கர்ப்பத்தில் எந்த கோளாறும் இல்லை. ஆணா, பெண்ணா என்று தெரிந்து கொள்ளவே வந்திருக்கிறார்கள். இன்றைக்கு சொல்லி வைத்தார் போல் நான்கு பேருக்கும் பெண் கரு. கண் சொடுக்காமல் கலைத்துக் கொள்ள சித்தமானார்கள். "போயிடு, போயிடு...எத்தனை தெகிரியம் இருந்தா அங்க வருவே?" என்று அடித்த பூசாரியின் நினைவு வந்தது எனக்கு. ஸ்கேன் ஸ்கிரீனில் ப்ருஷ்டத்தைக் காண்பித்த பெண் கரு முகத்தைக் கவிழ்த்துக் கொண்டது. நான் கலவரத்துடன் ஸ்கிரீனை மாற்றி அணைத்தேன். சக்ர வியூகத்துக்குள் நுழையத்தான் தெரியும். வெளியே வரத் தெரியாது. என்று தவித்த அபிமன்யுவின் நினைவு சம்பந்தமில்லாமல் வந்தது. யுத்த தர்மத்தை எல்லாம்

புறக்கணித்துவிட்டு அவனைக் கௌரவர் கும்பல் கண்டந் துண்டமாக்கியதை கையாலாகாத்தனத்துடன் பார்த்து நின்ற துரோணாச்சாரியாரியின் நினைவு வந்தது. ஒரே சமயத்தில் நானே அபிமன்யுவாக, நானே துரோணராக இருப்பதுபோல விசித்திரமாக தோன்றியது.

வேலையெல்லாம் முடிய மாலை நான்கு மணி ஆகிவிட்டது. அப்பா வெளியில் போயிருப்பார். அவரது வியாபாரத் தொழில் சாம்ராஜ்யம் பெரியது. அவர் அதைப் பற்றியெல்லாம் என்னிடம் முழுமையாக சொன்னதில்லை. சொல்லாததற்கு எனக்கு இன்று புதிய அர்த்தங்கள் புலப்படுகின்றன. நான் தெரிந்து கொள்ள அவர் விரும்பவில்லை, எனக்கு வரப்போகும் கணவனும் தெரிந்து கொள்ள அவர் விரும்பவில்லை. இந்த வீட்டுக்கே வர சம்மதிக்கும் மாப்பிள்ளை தெரிந்து கொண்டு விடுவானோ என்று பயப்படுகிறார். நான் அவருடைய நியாயமான வாரிசு என்று அவரால் இயல்பாக ஏற்றுக் கொள்ள முடியாததே இந்தத் தடுமாற்றத்துக்குக் காரணம் என்று தோன்றிற்று.

சட்டென்று பொறி தட்டினாற் போல் என்னுள் ஒரு கேள்வி எழுந்தது. ஆண் வாரிசுக்கான எத்தனத்தில் இருக்கிறாரா? அக்கம் பக்கத்துக் கிராமங்களில் எங்களுக்குத் தெரிந்த சிலர் செய்த மாதிரி யாரையாவது தத்து எடுத்துக் கொள்ளும் எண்ணம் இருக்கிறதா? இதனால்தான் வீட்டோடு மாப்பிள்ளை இருப்பது தொந்தரவு என்று நினைக்கிறாரோ? தத்தெடுப்பது பல விதங்களில் அவருக்கு சௌகர்யம். பாண்டுரங்கனை 'ஒப்பேற்ற' ஆளைத் தேடினது போல இவருக்குத் தேட வேண்டியதில்லை. அம்மாவுக்குச் சொல்லாமல் சந்தேகமே ஏற்படுத்தாமல் இரண்டாம் கல்யாணத்துக்கு ஏற்பாடு செய்து கொண்டது போல எனக்குத் தெரியாமல் தத்துக்கு ஏற்பாடு செய்து கொண்டிருந்தால் என்னால் எதுவும் செய்ய முடியாது. சட்டத்தின் பாதுகாப்பு கூட எனக்குக் கிடையாது. நான் அம்மாவை விட பலவீனமான நிலையில் இருப்பதை உணர்ந்தேன். தார்மீகக்

காரணங்களைச் சொல்லி அம்மாவுக்காக வாதாட நான் இருந்தேன். எனக்காக வாதாட யாருமில்லாதது என்னை அச்சுறுத்திற்று. உண்மையிலேயே வெளியில் வர முடியாத சக்ர வியூகத்தில் மாட்டிக் கொண்ட அபிமன்யு தான் நான் என்று தோன்றிற்று.

அறைக்கு வெளியே நான் வந்தபோது பாவாயியும் மீனாட்சியும் , முனியப்பனும் என்னவோ குசுகுசுவென்று பேசிக் கொண்டிருந்தார்கள். இன்றைய எனது மனநிலையை புரிந்திருந்த மீனாட்சி சத்தமில்லாமல் ஒதுங்கிப் போனாள்.

"என்ன பேசிக்கிட்டிருக்கீங்க?" என்றேன் நான் லேசான விறைப்புடன்.

"ஒண்ணுமில்லீங்கம்மா" என்று பாவாயி சினேகிதமாகச் சிரித்தாள். "நேத்து அந்த பேலுக்குறிச்சி பொண்ணை அதோட அம்மாக்காரி பொணமாகக் கொண்டு வந்து காப்பாத்துங்கன்னு சொன்னாளாமே, அதெப் பத்திப் பேசிக்கிட்டிருந்தோம்."

நான் திடுக்கிட்டேன். இவள் சொல்வதற்கு ஏதோ புதிய அர்த்தம் இருப்பது போலத் தோன்றிற்று.

"என்ன அதெப் பத்தி?"

"பொண்ணு தானே பூச்சி மருந்து சாப்பிட்டதா அந்தப் பொம்பளை சொல்லிச்சாமா?"

"ஆமாம் அதுக்கென்ன?"

"கூடப் பொறந்த அண்ணனே கொலை பண்ணிட்டதா பேசிக்கிறாங்க."

இதென்ன புதுக்கதை?

"யாரு?"

"தொட்டியப்பட்டியிலே. அங்கதான் பொண்ணு பிறந்த ஊரு. அங்கேந்து இன்னிக்குக் காலையிலே தெரிஞ்சவங்க வந்தாங்க.

பாவாயி, இப்படியெல்லாம் நடக்குது பாரு. கூடப்பிறந்தாலும், ஒரே இரத்தமானாலும் வயிறு வேறங்கறது சரிதான்னு சொல்லி மாஞ்சு போனாங்க."

நான் அந்த இளைஞனை நினைவுபடுத்திப் பார்த்தேன். அகிலா இறந்து விட்டாள் என்றதும் அவன் முகத்தில் இருந்த திகைப்பு நினைவுக்கு வந்தது.

"யாராவது ஏதாவது வம்பு பேசறதையெல்லாம் நா நம்ப மாட்டேன்" என்றேன் கடுமையாக. "தற்கொலையாக இருக்கக் கூடாதா?"

"இருக்கலாம்தான். ஆனா ஊர்ல இப்படித்தான் பேசிக் கிறாங்க. போலீசு இப்பத்தான் விசாரிக்கப் போயிருக்கு. உங்களைக் கூடப் பார்க்க வரும்."

இது ஒரு வேண்டாத தலைவலியாக இருக்கப் போகிறது என்று எனக்கு எரிச்சல் வந்தது. "அது வரும்போது பார்த்துக்கலாம். எல்லாரும் அவங்கவங்க வேலையைப் பாருங்க" என்று விட்டு நான் வீட்டை நோக்கி நடந்தேன். நமநமவென்று உள்ளுக்குள் குற்ற உணர்வு சற்று நேரத்துக்கு அரித்தது. என்னை இந்த நிலைக்கு ஆளாக்கிய அந்த அகிலாவின் மேல் கோபம் வந்தது. அவளுக்கும் எனக்கும் என்ன சம்பந்தம்? ஜன்மாந்தர தொடர்பின் அடையாளமா? 'பெண் என்கிற அடையாளத்தைத் தவிர வேற எந்த அடையாளத்தை சொல்ல முடியும்?' என்று கேட்டு என்னை மடக்கியவள். அந்தத் தொடர்பு தான் என்னையும் அவளையும் பிணைத்தது, அதை ஏற்கத் துணியாதது தான் இப்போது என்னைக் குற்றவாளியாக்குகிறது. என் நிலையில் யார் இருந்தாலும் அப்படித்தான் செய்திருப்பார்கள் என்று அந்த யோசனையிலிருந்து வலுக்கட்டாயமாக என்னை விடுவித்துக் கொண்டேன்.

வீடு போய் சேர்ந்தபோது அப்பாவின் வண்டி இல்லாதது சற்று நிம்மதியாக இருந்தது. நேற்று மதியம் நடந்த வாக்கு

வாதத்திற்குப் பிறகு நான் அவருடன் பேசவில்லை. பார்க்கக் கூட இல்லை. அவராக என்னைத் தேடி வரவுமில்லை. விஷயம் அத்துடன் முடிந்தது என்று நினைத்தாரோ என்னவோ. முடிய வில்லை என்று உணர்த்தவே நான் மௌனம் சாதித்தேன். நடுக்கூடத்தில் கமலினி அமர்ந்திருந்தாள். முன்னறிவிப்பில்லாமல் இவள் எப்படி வந்து நிற்கிறாள் என்ற கேள்வி எழுகையில் இவளைப் பார்க்கும் மனநிலையில் நான் நிச்சயம் இல்லை என்பதை உணர்ந்தேன்.

"ஓ, ஹலோ, என்ன திடீர் விஜயம்?" என்று சந்தோஷத்தை வெளிப்படுத்திக் கேட்டேன்.

என் குரல் கேட்டதும், புத்தகத்தை கீழே வைத்துவிட்டு என் அருகில் வந்து ஆவேசத்துடன் அணைத்து கன்னத்தில் முத்த மிட்டாள். குட்டைத் தலைமுடி இப்பொழுது க்ராப்பாக மாறி யிருந்தது.

"ஆமாம் திடீர்தான். கோயம்புத்தூருக்கு வந்தேன். ஒருநாள் டைம் கிடைச்சுது, உன்னைப் பார்க்கலாமேன்னு வந்தேன். நாளைக்கு சாயங்காலம் கிளம்பிடுவேன்."

நான் ஆசுவாசத்துடன் புன்னகைத்தேன்.

"ஏன் அத்தனை அவசரம்?" என்றேன் உபசாரமாக.

"இப்ப அவ்வளவுதான் நேரமிருக்கு" என்றாள் அவள் அப்பாவியாக. "உன்னோடு கொஞ்சம் அரட்டை அடிச்சா ரிலாக்ஸ்டா இருக்கும்னு வந்தேன்."

இவளது வரவு என்னுடைய இறுக்கத்தையும் தளர்த்தலாம் என்று தோன்றிற்று. "குட்" என்றேன். "ராசம்மா உன்னைக் கவனிச்சாளா?"

"இப்பத்தாங்க்கா வந்தாங்க" என்றாள் காபி டம்ளர்களை கொண்டு வந்தபடி. "டிபன் செய்ய ஆரம்பிச்சுட்டேன். ஆனதும் கொண்டாறேன்" என்றாள்.

ராசம்மா மாதிரி எனக்கு ஒரு ஆள் கிடைச்சா பாரேன்" என்றாள் கமலினி.

"உனக்கெதுக்கு ஆள்?"

"ஏன்னா நா கல்யாணம் பண்ணிக்கப் போற ஆளுக்கு சமைக்கத் தெரியாது!" என்றாள் கமலினி சிரித்துக் கொண்டே.

"கல்யாணமா? அது என்ன கூத்து?" என்றேன் வியப்புடன்.

"ஏன் நா கல்யாணம் செய்துக்கக் கூடாதா?"

"தாராளமா, உன்னைப் பத்தி அந்த ஆளுக்கு நல்லாத் தெரியுமா?"

"ஒவ்வொரு அங்குலமும் தெரியும்" அவள் மறுபடி சிரித்தாள்.

"உன் பேச்சை, உன் கொள்கைகளை, உன் தத்துவத்தை?"

"தெரியும். அப்படியும் என்னைக் கல்யாணம் செய்துக் கறேங்கறான், வேடிக்கை இல்லே?"

'வேடிக்கைதான்" என்று சிரித்தேன். "யார் அந்தப் புண்ணியவான்?"

"பிசினஸ் பண்றான். ஜாஸ்தி படிக்கலே. ஆனா நல்லவன். பாசாங்குத்தனமில்லாதவன். என்னைச் சுத்தி இருக்கற பாசாங்குத் தனக்காரார்களைக் கண்டு எனக்கு அலுத்துப் போச்சு. கதகதப்பே இல்லாத அறிவியல் வாதங்களைக் கேட்டு எனக்கு அலுத்துப் போச்சு. என்னுடைய வேலைகளுக்கு இவன் குறுக்கே நிக்க மாட்டான். என்னைக் கண்டு பொறாமைப்படமாட்டான். எனக்கு சினேகிதனா இருப்பான்னு தோணுது. என்கிட்ட அவன் என்ன கண்டான்னு தெரியல்லே. என்னைக் கல்யாணம் பண்ணிக் கிறியான்னு கேட்டான். அன்னிக்கு அந்தக் கேள்வி அபத்தமா இருந்தது. ஆனா யோசிச்சு பார்த்தப்போ எனக்குத் தெரிஞ்ச மத்த

ஆம்பளைகளைவிட இவன்தான் யோக்கியமானவன்னு தோணித்து. சரின்னுட்டேன்."

தீவிர பெண்ணியம் பேசும் இவளுக்கு எத்தனை சுலபமாக விடை கிடைத்து விட்டது என்று எனக்குப் பொறாமையாக இருந்தது.

"ஆச்சரியமாயிருக்கு கமலினி."

"ஆச்சரியம்தான்" என்றாள் கமலினி. "உன் விஷயம் என்ன சொல்லு. இங்கேயே இருக்க சம்மதிக்கிறவனைத்தான் பண்ணிப் பேன்னியே, யாராவது கிடைச்சாங்களா?"

ராசம்மா காதுபட எதுவும் சொல்ல எனக்கு விருப்பமிருக்க வில்லை.

"மேலே போகலாம் வா. ரூம்லே உக்காந்து பேசலாம்" என்றேன். இருவரும் மேலே ஏறியபிறது கீழே டெலிபோன் ஒலித்தது. நான் சட்டென்று நாலைந்து எட்டில் கீழே வந்து.

"ராசம்மா, யாராவது எனக்காக ஹைதராபாதிலேந்து போன் பண்ணாங்கன்னா, நா கேஸ் விஷயமா வெளியிலே போயிருக்கிறதா சொல்லு. வந்தப்புறம் நானே போன் செய்வேன்னு சொல்லு" என்றேன். அவசரமாக. அவள் ரிசீவரை எடுத்துப் பேசும் போது நான் மேலே ஏறிவிட்டேன். முதல் அத்தியாயத்திலேயே முடிந்து போன என் காதல் கதையை, கமலினியிடம் சொல்லத் தயாரானேன்.

ராசம்மா வேகமாகப் படியேறி வரும் சத்தம் கேட்டது. அவள் வந்து விட்டுப் போகட்டும் என்று காத்திருந்தேன்.

10

ராசம்மா மூச்சிரைக்க வந்து நின்றாள். "அக்கா, அக்கா..." என்று தடுமாறியவள் கமலினி எதிரில் ஏதாவது ஏடாகூடமாகப் பேசப் போகிறாளோ என்று எனக்கு கவலையாக இருந்தது.

"இதோ வரேன் கமலினி" என்று விட்டு அறை வாசலில் நின்றிருந்த ராசம்மாவை நோக்கி விரைந்தேன். "என்ன ராசம்மா?" என்றபடி அவளை மாடி தாழ்வாரத்திற்கு நகர்த்திச் சொன்றேன். "யார்கிட்டேந்து போன்?" சிவாவிடமிருந்துதான் வந்திருக்கும் என்கிற நிச்சயத்தில் என் முகம் சிவப்பதை நான் உணர்ந்தேன்.

ராசம்மாவின் முகத்தில் வினோதமாக பீதி படர்ந்திருந்தது.

"பெரியப்பா சேலத்துப் பெரிய ஆஸ்பத்திரியிலே இருக்காருங்களாம். வாசல்லே போலீசு வேற வந்து நிக்குது."

எனக்குத் தூக்கிவாரிப் போட்டது. "ஆஸ்பத்திரியிலா? யார் சொன்னது? போலீசுக்கும் அதுக்கும் என்ன சம்பந்தம்? சரியாச் சொல்லு ராசம்மா!"

"தெரியலீங்களே! வந்து நிக்கறாங்க, உங்களைப் பார்க்கோணுமாம்."

எனக்கு சட்டென்று ஞாபகம் வந்தது. அகிலாவைப் பற்றி விசாரிக்க வந்திருப்பார்கள்.

"அவங்களை கொஞ்சம் காத்திருக்கச் சொல்லு. அப்பாவைப் பத்தி யார் சொன்னது?"

"மாணிக்கம்தான். போன்லே உங்களுக்காகக் காத்துக் கிட்டிருக்கான்."

"முட்டாள், இதை முதல்லே சொல்றதுக்கென்ன?" என்று திட்டியபடி நான் இரண்டெட்டில் மாடிப்படிகளைக் கடந்து கீழே சென்றேன்.

போனை எடுத்து 'ஹலோ' என்பதற்குள் மார்பு படபடத்து நெற்றி வியர்த்தது.

"மாணிக்கம் பேசறேன்க்கா" என்ற மாணிக்கத்தின் குரலில் பதற்றம் தென்பட்டது. "எங்கேந்து பேசறே, அப்பாவுக்கு உடம்பு

சொகமில்லேன்னு சொன்னியாமே, என்ன ஆச்சு திடீர்னு? சேலத்துக்கு எப்ப போனீங்க?"

"காலையிலே இங்கே வேலையிருக்குன்னு பதினோரு மணிக்கு வந்து சேந்தோம்க்கா. சாப்பிட்டு ரெஸ்ட் எடுத்து நாலு மணிக்கு ஊருக்குக் கிளம்பலான்னு வெளியிலே வர்றாங்க, திடீர்னு நெஞ்சுவலின்னு படிக்கட்டிலேயே உக்காந்துட்டாங்க. கூட இருந்த ஐயா அவங்களை இங்க ஒரு நர்ஸிங் ஹோம்லே சேத்திருக்காங்க."

"எந்த நர்ஸிங் ஹோம்?"

மாணிக்கம் விலாசம் சொல்ல நான் அவசரமாகக் குறித்துக் கொண்டேன்.

"அப்பா எப்படி இருக்காங்க இப்ப?"

என் தொண்டை முழுவதுமாக வற்றி வார்த்தைகளுக்குப் பதில் வெறும் காற்று வெளிப்படுவது போல் இருந்தது.

"சுமாரா இருக்காங்க. ஏக குழாயெல்லாம் பொருத்தி யிருக்காங்க. எனக்கு சொல்லத் தெரியலீங்கக்கா."

மாணிக்கத்தின் குரல் தழுதழுத்தது. "நா இப்பவே வரேன். அப்பாக்கிட்டே சொல்லு. தைரியம் சொல்லு." மேலே பேச முடியாமல் தொண்டை அடைத்தது. எனக்குதான் யாராவது தைரியம் சொல்லவேண்டும் என்று தோன்றிற்று.

"சரிங்கக்கா. தனியா வண்டியோட்டிக்கிட்டு இருட்டு வேளையிலே வருவீங்களா?"

"வருவேன், கவலைப்படாதே."

டெலிபோனைக் கீழே வைக்கும் போது நூறாயிரம் எண்ணங்களும் குற்ற உணர்வும் அலைமோதின. நேற்றிலிருந்து அப்பாவைப் பிடிவாதமாகப் பார்க்காமல் இருந்ததற்கு இந்த ஜன்மத்தில் எனக்கு மன்னிப்பு இல்லை என்று தோன்றிற்று. இந்த

நேரத்தில் ஏக போக்குவரத்து நெரிசல் இருக்கும். சேலத்துக்குப் போய் சேருவதற்குள் ஒரு மணி நேரம் ஆகிவிடும்.

"என்னக்கா, பெரியய்யா எப்படி இருக்காங்களாம்?"

நான் கனவில் மிதப்பவளைப் போல ராசம்மாவின் பக்கம் திரும்பினேன். நான் பதில் சொல்வதற்குள் அவள் அழுதுவிடுவாள் போல இருந்தது.

"சுமாரா இருக்காங்களாம். நல்ல பெரிய ஆஸ்பத்திரியிலே தான் இருக்காங்க. நா உடனே கிளம்பணும் ராசம்மா."

"தனியாவா?"

சட்டென்று என் பொறுமை நழுவிற்று.

"தனியா போகாமே?" என்று கத்தினேன். "துணை எதுக்கு வேணும்? தனியா சமாளிக்க என்னால முடியாதுன்னு நீயா முடிவு கட்டிடறியா?"

ராசம்மா பதில் பேசாமல் அடங்கிப் போனாள். பிறகு, கையைப் பிசைந்து கொண்டு, "வாசல்லே போலீஸ் வேற நிக்குது" என்றாள்.

"ஓ கடவுளே!" என்று ஆயாசத்துடன் முணுமுணுத்தபடி நான் வாசலுக்கு விரைந்தேன்.

வாசலில் இரண்டு போலீஸ்காரர்கள் நின்றிருந்தார்கள். ஒரு சப்-இன்ஸ்பெக்டரை எனக்குத் தெரியும். "வணக்கம்மா" என்று புன்னகைத்தார். "என்ன விஷயம் பெருமாள்?" என்றேன் சோர்வுடன். "அப்பாவுக்கு உடம்பு சரியில்லாம சேலத்து ஆஸ்பத்திரியிலே இருக்காங்களாம். நா அவசரமா கிளம்பணும்."

"அப்ப சரிங்க, நாளைக்கு வந்து பேசிக்கிறோமுங்க. அந்த தொட்டியப்பட்டி பெண் விஷயமா கேக்கலாம்னு. தற்கொலைங் கறாங்க, கொலைங்கறாங்க. போஸ்ட் மார்ட்டத்துக்கு அனுப்பாமயே, காரியத்தை முடிச்சுடப் பார்த்தாங்க. உங்ககிட்ட வந்தாங்களாமே."

"ஆமாம், வந்தபோது செத்திருந்தது. கொலைன்னு நா நம்பலே. தற்கொலைன்னுதான் எனக்குப் படுது. நா சீட்டு எழுதிக் கொடுத்தேனே."

"போலீசுக்கே ரிப்போர்ட் பண்ணலேம்மா. எங்களுக்கு விவரம் தெரிஞ்சு போனோம். "இவன் என்னைக் குற்றம் சாட்டுகிறானோ என்று எனக்கு சுருக்கென்றது "இந்த மாதிரி எத்தனை கேஸ் பார்த்திருககோம் பெருமாள்? போலீசுக்குப் போற வழக்கம் வந்திருக்கா? நாளைக்கு நா வந்து ஒரு ஸ்டேட்மென்ட் தர்றேன். இப்ப என்னை விட்டுடு." அவர்கள் கிளம்பிப் போனார்களா என்று கூட கவனிக்காமல் நான் அவசரமாக மாடியேறினேன். கமலினி வேறு வந்து அமர்ந்திருப்பது நினைவுக்கு வந்தது. கடவுளே, இன்றைக்கென்று எத்தனை வேண்டாத பிரச்சினைகள் என்று படபடத்தது. அந்த அகிலா நேற்று வந்து கெஞ்சிய போது சரி வேலை தருகிறேன் என்று ஒரு வார்த்தை சொல்லியிருந்தால் அவள் இப்படி தற்கொலை செய்து கொண்டு போலீஸ் என்னைக் கேள்வி கேட்கும் நிலைக்கு ஆளாக்கியிருக்கமாட்டாள் என்ற எண்ணம் அப்பாவைப் பற்றின கவலைக்கிடையில் நமநமவென்று அரித்தது. "காலத்தால் செய்த உதவி சிறிதெனினும்" என்று ஏடாகூடமாக குறள் ஞாபகம் வந்தது.

"என்ன விஷயம் மனோ? ஏதாவது பிராப்ளமா?" என்றாள் கமலினி.

"ஆமாம். அப்பா காலையிலேயே சேலத்துக்குப் போனார். போன இடத்திலே நெஞ்சு வலி வந்து ஆஸ்பத்திரியிலே அட்மிட் ஆகியிருக்காராம். நா இப்ப சேலத்துக்குக் கிளம்பணும்."

"நானும் வரேன்."

"எதுக்கு கமலினி? நீ இப்பத்தான் வந்தே. ரெஸ்ட் எடுத்துக்க."

"எனக்கு ஒண்ணும் பிரச்சினை இல்லே மனோ. நீ இந்த மனநிலையிலே தனியா வண்டி ஓட்டிக்கிட்டுப் போகக் கூடாது."

"ஓ.கே. தேங்க் யூ" என்றேன். இதே எண்ணத்துடன்தான் ராசம்மாவும் மாணிக்கமும் சொல்லியிருப்பார்கள் என்று புரிந்து வெட்கமேற்பட்டது. ராசம்மா புத்திசாலித்தனமாக டிபன் சாப்பிடுங்கள் என்று வற்புறுத்தாமல் டிபன் கூடையைத் தயார் செய்து காரில் வைத்தாள். கிளம்பும் சமயத்தில் டெலிபோன் ஒலித்தது. "நா பார்க்கறேங்க்கா" என்று ராசம்மா அம்பாய் விரைந்தாள். நான் உறைந்து காத்திருந்தேன். கால்கள் நகரத் தயங்கின. சிறிது நேரத்தில் ராசம்மா திரும்பி வந்தாள். "அந்த ஹைதராபாத் ஆளு பேசினாங்கக்கா, நீங்க வெளியூர் போயிருக்கறதா சொன்னேன்."

எனக்கு உயிர் வந்தது.

"வேற ஏதாவது சொன்னாங்களா?" என்றேன் வெட்கங் கெட்டு.

"இல்லே, சரிதான்னு வெச்சுட்டாங்க."

நான் வண்டியை ஸ்டார்ட் செய்தேன். ராசம்மாவின் கதகதப்பான கை, என் முழங்கையைத் தொட்டது. "ஐயா நல்லா ஆயிடுவாங்க்கா. நீங்க கவலைப்படாம பார்த்து ஓட்டுங்க."

நான் சரி என்று தலையசைத்து அவளைப் பார்த்துப் புன்னகைக்கையில் லேசாகக் கண்களில் நீர் கோத்தது. என்னைச் சுற்றி நான் எழுப்பிக் கொண்டிருக்கும் இந்த அரண்கள் எல்லாம் இல்லாமல் என்னால் தனியாக எதையாவது செய்ய முடியுமா என்கிற பலவீனம் என்னுள் புகுந்தது.

ஊரின் சின்னத் தெருக்களையெல்லாம் கடந்து நெடுஞ் சாலைக்கு வரும் வரை கமலினி பேசாமல் இருந்தது இதமாக இருந்தது. இன்று குற்ற உணர்விலேயே நான் உடைந்து போய்விடுவேன் என்று தோன்றிற்று. குருட்டு திருதராஷ்டிரனைப் போல சுய பச்சாதாபத்திலும் நிந்தனையிலும் மனசு அலைபாய்ந்தது. பாரதப் போர் வாசுதேவனால்தான் வந்தது என்று திருதராஷ்டிரன் குமுறினதை என்னால் புரிந்து கொள்ள முடிகிறது. 'அர்ஜுனன்

யுத்தம் செய்ய மாட்டேன் என்று சொன்னபோது, சரி வேண்டாம் என்று வாசுதேவன் சொல்லியிருந்தால் யுத்தமே நடந்திராது. இத்தனை பேர் இறந்திருக்க மாட்டார்கள். அபிமன்யுவைக் கொல்ல வேண்டிய அவசியம் துரியோதனனுக்கு ஏற்பட்டிருக்காது. அதற்குப் பழி வாங்குவதற்காக அர்ஜுனன் ஜெயத்ரதனை, எனது மாப்பிள்ளையை துரத்திக் கொண்டு ஓடியிருக்கமாட்டான்.'

சிவாவிடமிருந்து கடிதம் வந்திருக்காவிட்டால் இப்போது ஏற்பட்டிருக்கும் சோதனைகள் ஏற்பட்டிருக்காது. அகிலா இறந்திருக்க மாட்டாள். போலீஸ் வந்திருக்காது. அப்பாவை ஒன்றரை நாள் பொழுது கவனிக்காமல் இருந்திருக்க மாட்டேன். கடவுளே, கடவுளே என்று மனசு அரற்றிற்று. அப்பாவுக்கு ஏதாவது ஆகிவிட்டால் என்னையே என்னால் மன்னிக்க முடியுமா என்று பதைத்தது. நான்தான் கொள்ளி வைப்பேன், நான்தான் கொள்ளி வைப்பேன் என்று வெறிபிடித்த கனவின் நினைவு வந்து உலுக்கிற்று. எந்த பைசாசம் வந்து என்னை ஆட்கொண்டது? மங்கம்மாவினுடையதா?

"ஹைதராபாதிலே யாரு?"

தூக்கிவாரிப் போட்டது எனக்கு. கமலினி பக்கத்தில் அமர்ந்திருப்பதை நான் மறந்தே போயிருந்தேன். இவளிடம் சொல்வதா வேண்டாமா என்று தயக்கமேற்பட்டது. என்னுடைய சிந்தனைக் கோணமும் எனது பாரம்பரிய சுமையும் அபத்தங்களும் பட்டணவாசியான இவளுக்குப் புரியாது என்ற உணர்வினாலேயே இவளிடம் என்னை முழுமையாக வெளிப்படுத்திக் கொண்டதில்லை. ஆனால் சிவாவினால் கிளம்பியிருக்கும் பிரச்சினையை இவளைத் தவிர வேறு யாரிடமும் பேச முடியாது என்று தோன்றிற்று.

"என் கண்டிஷனுக்கு சம்மதிச்சு என்னைக் கல்யாணம் பண்ணிக்கறேன்னு சொல்ற ஆளு."

கமலினி லேசாக விசிலடித்தாள். "தண்டச்சோறு கேஸா?"

நான் சிரித்தேன்.

"இல்லை. ஹைதராபாதிலே பிராக்டிஸ் பண்ற டாக்டர்."

"டோன்ட் டெல் மீ!" என்றாள் கமலினி ஆச்சரியத்துடன் "இங்க வரேன்றானா?"

"ஆமாம். லேசிலே சம்மதிக்கலே. மூணு வருஷமா இழுத்தடிச்சுட்டு, இப்ப சரின்னு ஒத்துக்கிட்டான்.

"ஏன்?"

"அதுக்குப் பேர் காதல். உனக்குப் புரியாது."

கமலினி எதிரில் விரிந்த இருண்ட பாதையில் பார்வையைப் பதித்து யோசனையில் ஆழ்ந்தாள்.

"புரியத்தான் இல்லே" என்றாள். "நீ அவனைக் காதலிக்கிறியா?"

"ஆமாம். ஆனா அவனில்லாம செத்துருவேன்னு சொல்ற காதல் இல்லே."

"ஸோ, வாட் இஸ் தி பிராப்ளம்?"

"பிரச்சினை என்னன்னா, அப்பாவுக்கு இஷ்டமில்லே. அதாவது நா போடற கண்டிஷன் அவருக்கு சம்மதமில்லே. என்னைக் கேக்காம நீ எப்படி அப்படி ஒரு முடிவுக்கு வரலாம் என்கிறார்."

"கரெக்ட்!" என்றாள் கமலினி அபத்தமாக. "நா உங்க அப்பா பக்கம்."

நான் சோர்வுடன் பெருமூச்சு விட்டபடி மௌனமாக வண்டியை செலுத்தினேன். இவளிடம் என்னால் எதையும் விளக்க முடியாது. அம்மா என்னுள் விதைத்திருக்கும் வித்துக்கு ஏற்பட்டிருக்கும் பரிணாம வளர்ச்சியையும் அதன் கட்டுப்படுத்தலுக்குப் பணிய வேண்டிய எனது கட்டாயத்தையும் விளக்க என்னிடம்

தகுந்த வார்த்தைகள் இல்லை. என் ரத்தத்தில் கலந்த, சொற்களில் வடிக்க முடியாத உணர்வுகள் அவை. 'நா படிக்காதவ, எனக்கு சொல்லத் தெரியல்லே' என்றாள் அம்மா. படித்தவளான எனக்கும் சொல்லத் தெரியவில்லை. கண்ணைக் கட்டிக்கொண்டு ஏதோ ஒரு இலக்கைத் தேடி பிடிவாதமாகச் செல்வது போல் எனக்கே தோன்றுகிறது. திருதராஷ்டிரனுக்கு இல்லாத சூட்சுமப் பார்வை தனக்கு இருந்ததால் காந்தாரி கண்ணைக் கட்டிக் கொண்டாள். நான் காந்தாரி இல்லை. திருதராஷ்டிரன்?

"என்ன முடிவு செஞ்சிருக்கே?"

"அப்பாவுக்கு இஷ்டமில்லேன்னா கல்யாணமே வேண்டாம்னு முடிவு பண்ணியிருக்கேன்."

"உன் பேச்செல்லாமே எனக்கு அபத்தமா படுது."

நான் பதில் சொல்லவேயில்லை. இதே வார்த்தையைத் தான் அப்பாவும் சொன்னார்.

நான் அருகில் இல்லாதபோது நெஞ்சுவலி வந்து இப்போது ஏதோ ஒரு ஆஸ்பத்திரியில் அநாதையைப் போல சேர்க்கப் பட்டிருக்கும் நிலையில் எல்லாமே அபத்தமாகத் தோன்றுகிறது. அப்பாவுக்கு நான் நிரூபிக்க நினைத்ததெல்லாம் நிரூபிக்கப்படாமல் அந்தரத்தில் நிற்பது போல் விசனமேற்பட்டது.

"அவன் எழுதின கடிதாசைக் கண்டு நான் தடுமாறித்தான் போனேன் கமலினி. அன்னிக்கு ஒரு பொண்ணு ஆஸ்பத்திரி வாசல்லே வந்து என் காலைக் கட்டிக்கிட்டு அழுதா. 'ரொம்ப இக்கட்டிலே இருக்கேன். எனக்கு வேலை ஏதாவது கொடுங்க. இல்லேன்னா, சாகறதைத் தவிர எனக்கு வேறு வழியில்லே'ன்னா. எனக்கு இந்த லெட்டரைப் பத்தி அப்பாகிட்ட சொல்லணும்ங் கறதுதான் முக்கியமா அப்ப பட்டது. அவ மேல காரணம் புரியாமல் கோபம் வந்தது. திடீர்னு வேலை கேட்டா எப்படின்னு திட்டி

அனுப்பிச்சேன். போன கையோடு தற்கொலை பண்ணிக்கிட்டா கமலினி. ராத்திரி பொணத்தோடு வந்து நிக்கிறா அவ அம்மா. இப்ப போலீஸ் வேற கேள்வி கேக்குது. எனக்கு ஏற்பட்ட அதிர்ச்சியிலே போலீசுக்குத் தகவல் தெரிவிக்கணும்னு அவங்ககிட்ட அடிச்சு சொல்லலே."

"எப்படி மனோ?"

"எல்லாம் அந்த லெட்டர் பண்ண வேலை. அதுக்கு அப்பாவுடைய ரியாக்ஷன். எல்லாமாச் சேந்து குளறுபடி பண்ணிட்டேன். லோக்கல் போலீஸ் நமக்கு வேண்டிய ஆளுங்க. சமாளிக்கலாம். ஆனா உள்ளுக்குள்ளே சங்கடமாயிருக்கு. தப்பு பண்ணிட்டம்னு.

"விடு!" என்றாள் கமலினி. "இப்ப அப்பாவைப் பத்தின கவலைக்கு நடுவிலே இதை வேற நினைச்சுக் குழப்பாதே. நீ நினைச்சியா, அவ சொன்னபடிக்கு செத்துப் போவான்னு?"

சற்று சமாதானமேற்பட்டது போல இருந்தது. தொலைவில் பிரகாசமான வெளிச்சம் கீழ்வானில் தென்பட்டது, சேலம் நெருங்கி விட்டதற்கு அறிகுறியாக. சேலத்திற்குள் நுழைந்ததும் அப்பாவைத் தவிர பாக்கி எல்லா நினைவுகளும் பின்னால் நகர்ந்தன. ஆஸ்பத்திரி காம்பவுண்டுக்குள் வண்டி நுழையும்போதே படிக்கட்டில் நின்றிருந்த மாணிக்கம் கண்ணில் பட்டான். என் காரைக் கண்டு வேகமாக ஓடி வந்தான். காரை நிதனப்படுத்தி நான் நிறுத்தும்போது அவன் என்ன சேதி சொல்லப் போகிறானோ என்று மனசு நடுங்கிற்று.

"என்ன மாணிக்கம்?"

"அப்படியே தாங்கக்கா இருக்கிறாங்க. யாரும் பக்கத்திலேயே போகக் கூடாதுங்கறாங்க. ஐ.ஸி.யூனிட் என்கிறாங்களே அங்கே இருக்காங்க. நீங்க வந்ததிலே எனக்கு உசிரு வந்திருச்சு அக்கா. நான் தவிச்ச தவிப்பு ஆண்டவனுக்குதான் தெரியும்."

தன் கண்ணில் துளிர்த்த நீரை மறைக்க மாணிக்கம் முகத்தைத் திருப்பிக்கொண்டு, துடைத்துக் கொண்டான்.

"நீ தவிச்சிருப்பேன்னு எனக்குத் தெரியும்" என்று நான் மெல்லிய குரலில் அவனை சமாதானப்படுத்தி ஐ.ஸி.யை நோக்கி விரைந்தேன். கமலினி வெளியே நிற்க, நான் செருப்பை வெளியில் கழற்றி வைத்துவிட்டு நர்ஸிடம் என்னை அறிமுகப்படுத்திக் கொண்டு, உள்ளே சென்றேன். மாஸ்ஸிவ் ஹார்ட் அட்டாக் என்றும் இருபத்துநான்கு மணி நேரம் போக வேண்டும் என்றும் டாக்டர் சொல்வதாகச் சொன்னாள். டியூட்டி டாக்டர் சற்று நேரத்தில் வருவார் என்றாள். தலைப்பக்கம் உயர்த்தப்பட்ட ஸ்ப்ரிங் கட்டிலில் அப்பா கண் மூடிய நிலையில் படுத்திருந்தார். பக்கத்தில் மானிட்டர் மேலும் கீழுமாகத் துள்ளிக்கொண்டிருந்தது. முந்தா நாள் பார்த்த அப்பா இல்லை இது. 'இது என் வீடு' என்று நெஞ்சை நிமிர்த்தி கம்பீரமாகச் சொன்ன நபர் இல்லை. 'என் அனுமதியில்லாம ஒரு வெளியாளை இங்கே எப்படி அழைத்து வரலாம்' என்று கேட்டவர் இல்லை இது. தனது பேச்சின் அபத்தத்தை உணராமல் இன்று துவண்டு கிடப்பவர். தெருவில் அநாதையாக நெஞ்சைப் பிடித்துக் கொண்டு அமர்ந்தவர். தனது வீட்டில் இஷ்டத்திற்கு எந்த நாய் நுழைந்தாலும் அதைப் பற்றி கேள்வி கேட்க இயலாத எல்லையில் இருப்பவர். எனக்கு துக்கம் பொங்கி வந்து பார்வையை மறைத்தது. நெஞ்சு வலித்தபோது என்ன நினைத்தீர்கள்? பயந்தீர்களா? ஓடிவர மகன் இல்லையே என்று தவித்தீர்களா? பாண்டுரங்கனுக்கு ஆன கதி எனக்கும் ஏற்படப் போகிறது என்று நினைத்தீர்களா?

நான் நடுங்கும் விரங்களுடன் அவருடைய நெற்றியைத் தொட்டேன். நான் தோற்றுப் போனேன். என் தோல்வியை நீங்கள் அறியமாட்டீர்கள்.

அப்பாவின் கண்கள் திறந்தன. என்னை அடையாளம் கண்டு கொண்டு மலர்ந்தன.

"நீ பக்கத்திலே இல்லாம தவிச்சுப் போயிட்டேன் மனோ" என்றார்.

11

அப்பாவின் அந்தப் பார்வையை என்னால் மறக்க முடியாது. மூழ்கும் தருணத்தில் குரல்வளையை மரண பயம் பற்றிவிட்ட வேளையில், கரை சேர்க்க நீண்டு வந்த கரங்களைக் கண்டாற்போல் தெரிந்த அந்தப் பிரகாசம் என்னுடைய நாடி நரம்பையெல்லாம் உசுப்பி விட்டது. அந்தக் கரங்களில் அப்பா பாலியல் வேறுபாடு எதையும் கண்டிருக்க முடியாது. உணர்ச்சி மேலிட்டு என் கண்களில் நீர் பார்வையை மறைத்தது. வேறு வீட்டிற்குச் செல்ல வேண்டியவள் என்று நீங்களாக ஒதுக்கப் பார்க்கிறீர்கள். எனது அன்பை திசை திருப்பப் பார்க்கிறீர்கள். ஒரு சராசரிப் பெண்ணாக, படிப்பு முடிந்ததும் அல்லது முடிவதற்கு முன் கல்யாணமாகி புருஷனுடன் சென்றிருந்தால் திசை திருப்பப்பட்டிருக்கும். ஆனால் நான் சராசரி இல்லை. நான் இங்கு இருக்க வேண்டிய அவசியத்தை நிரூபிக்கக் காத்திருப்பவள்.

உங்களுக்கு நான் தேவை என்பது போல் எனக்கு நீங்கள் தேவை. உணர்வு ரீதியான எல்லா உறவுகளுமே நிலைப்பது இந்த தேவையினால்தான். அது இல்லாமல் போனால் உறவுக்கு அர்த்தமில்லை. வாழ்வில் சுவாரஸ்யமில்லை. முகமற்ற வாழ்வு வாழ்வதை விட அந்த அகிலா செய்தது போல எதையாவது சாப்பிட்டு வாழ்க்கையை முடித்துக் கொள்ளலாம். பூமியில் தங்களது உபயோகம் முடிந்து போயிற்று என்று நினைக்கும்போது முனிவர்கள் வடக்கு முகம் இருந்து உயிரை விட சித்தமாவார்களாம். கபாலத்தை உடைத்துக் கொண்டு உயிர் ஜோதியாக வெளிப்படும் என்பாள் பாட்டி. அந்தக் காட்சியைக் கற்பனை செய்து பார்ப்பது

கஷ்டமாக இருக்கவில்லை. பல சினிமாக்களில் பாத்திருக்கிறேன். முனிவர்கள் சந்தோஷமாகச் சாவார்கள், பாட்டியின் கருத்துப்படி இந்த கதைகள் எல்லாம் பாட்டியை எந்த விதத்திலும் மாற்றவில்லை. சாவதற்கு இரண்டு நிமிஷங்கள் முன்பு கூட அப்பாவின் கையைப் பிடித்துக் கொண்டு அழுதாளாம் ‘பிழைப்பு மருந்து குடுடா’.

கிட்டதட்ட அந்த வேண்டுகோளைத்தான் நான் அப்பாவின் கண்களில் பார்த்தேன். “நீ பக்கத்திலே இல்லாம தவிச்சுப் போயிட்டேன் மனோ.” திடீரென்று அவர் குழந்தையாக மாறினது போல் இருந்தது. தாய்மை உணர்வு மேலிட அவர் தலையை வருடியபடி, “நாதான் வந்துட்டேன் இல்ல? கவலையை விடுங்க. நல்லா ஆயிடுவீங்க” என்றேன். ஆனால் அது உண்மையாக வேண்டுமே என்கிற தவிப்பு என்னைப் பலவீனப்படுத்திற்று. களைப்பில் அப்பா மீண்டும் கண்களை மூடினார். பிரார்த்தனை செய்தே பழக்கமில்லாத நான் அவரது தோளைத் தட்டியபடி நினைவுக்கு வந்த கடவுளின் பெயரையெல்லாம் பட்டியலிட்டு ஜெபித்தேன். கமலினி உள்ளே எட்டிப் பார்த்ததும் சுய நினைவு வந்தவளாய் எழுந்தேன். வெளியே வராந்தாவுக்கு வந்து கமலினி “எப்படி இருக்காங்க?” என்று கேட்டதும் மிகக் கஷ்டப்பட்டு கட்டுப்படுத்திக் கொள்ள வேண்டியிருந்தது. தொண்டை அடைத்ததையும், கண்ணில் நீர் தளும்பப் பார்த்ததையும் மறைக்க முகத்தை வேறுபுறம் திருப்பிக் கொண்டு “நல்லா இல்லே” என்றேன். அவள் என் தோளை அழுத்தி அணைத்துக் கொண்டாள். “தைர்யமாயிரு. நல்லா ஆயிடுவாங்க. நல்லவேளை, உடனடியா மருத்துவ உதவி கிடைச்சிருக்கே. பாதி வழியிலே மாரடைப்பு வந்திருந்தா ஆபத்தாயிருக்குமே.” அவள் பேசியது எனக்கு சற்று சமாதானமாக இருநதது. இப்போது என்னிடம் அவர் சொன்ன வார்த்தைகளைக் கூடத் தெரிவிக்கச் சந்தர்ப்பம் கிடைக்காமல் போயிருக்கும். “அவருக்கு ஏ்தாவது ஆகியிருந்தா நா உடைஞ்சு போயிருப்பேன் கமலினி.”

“தெரியும்” என்றாள் கமலினி சுருக்கமாக. சற்று நேரம் முன்புதான் ‘உன் பேச்செல்லாமே அபத்தமா படுது’ என்று சொல்லியிருந்தாள். அதாவது ‘உன் சொந்த சந்தோஷத்தை தியாகம் செய்யும் அளவுக்கு உன் அப்பாவின் மேல் உனக்கு பிரமை இருப்பது தெரியும்’ என்றாள். மனோதத்துவ நிபுணர் பரீட்சிக்க வேண்டிய கேஸ் நீ என்று இவள் சொன்னால் நான் ஆச்சரியப்பட மாட்டேன். ஏனென்றால் அது உண்மையாகக் கூட இருக்கலாம் என்று நான் அடிக்கடி நினைத்துக் கொள்கிறேன். எழுதப்படாத ஒரு நற்சான்றிதழுக்காக பிறந்ததிலிருநது நான் காத்திருப்பதும், சுலபமாக வராத ஒரு அங்கீகாரத்துக்காகத் தலைகீழாக நிற்பதும், அதுவே எனது வாழ்வின் லட்சியம் என்கிற பிடிவாதத்தில் நிற்பதும் ஏதோ ஒரு வகையில் மனசு வக்கரித்திருந்தால் தான் சாத்தியம்.

நர்சிங் ஹோம் அருகிலிருந்த ஒரு ஹோட்டலில் ரூம் எடுத்து இருவரும் தங்கினோம். மாணிக்கம் காரிலேயே படுத்துக் கொள்வதாக, இடையில் அப்பாவை சென்று கவனித்துக் கொள்வதாகச் சொன்னான். தூக்கம் வராமல் புரண்ட இரவில், எந்த நேரத்தில் என்ன செய்தி வருமோ என்று கழிந்த தவிப்பின் ஊடே, நான் எடுத்த முடிவும் பிறகு என்னுடைய மௌனப் பிடிவாதமுமே அப்பாவின் மாரடைப்புக்குக் காரணமாக இருந்திருக்குமோ என்று குறுகுறுத்தது. அப்பாவை தர்மசங்கடத்துக்கு உள்ளாக்கி விட்டேன் என்று தோன்றிற்று. குற்ற உணர்வில் அவர் தவித்திருக்க வேண்டும். ‘அதெப்படி வெளியாளை வீட்டுக்குள்ளாற உட்கார்த்தி வைக்கிறது?’ என்று குழம்பியிருக்க வேண்டும். விடிவதற்குள் சிவா என்கிற பெயரை எனது மன அகராதியிலிருந்து அழித்துவிட சித்தமாகியிருந்தேன். கமலினி எனக்கு ஆயிரம் தைரியம் சொல்லிவிட்டு கோயம்புத்தூருக்குக் கிளம்பிச் சென்றாள். “அந்த ஹைதராபாத்காரனைப் பத்தி யோசிச்சு முடிவு செய்” என்றாள். “அவனை நா மறந்தாச்சு” என்று சிரித்தேன். “நீ யோசிக்கவே பயப்படறே” என்றாள் சிரிக்காமல். அவளது விமர்சனத்தை ஆராயும் மனநிலையில் நான் இல்லை.

டாக்டர் சொன்ன கெடுவிற்குள்ளேயே அப்பாவின் நிலையில் மாற்றம் ஏற்பட்டதைக் கண்டு டாக்டருக்கே வியப்பு ஏற்பட்டது. ஆனால் கண்விழிக்கும் போதெல்லாம் அப்பாவின் விழிகள் என்னைத் தேடின. க்ளினிக்கின் நினைவே இல்லாமல் நான் அப்பாவின் அருகில் இருந்தேன். மாணிக்கம் ஊருக்குச் சென்று மாற்றுடுப்பு எடுத்து வந்தான். 'அந்த ஹைதராபாத் ஆள்' போன் செய்ததாக ராசம்மா சொன்னாளாம் - "அவங்க யாருக்கா?" என்றான். "தெரிஞ்சவங்க" என்றேன். "இவ்வளவு நாள் இல்லாம இப்ப அடிக்கடி செய்யறாங்க?" என்றான் விடாமல். "அப்படின்னு ராசம்மா சொன்னாளா?" என்றேன் ஆயாசத்துடன். "இதப்பார், இதைப் பத்தியெல்லாம் பேச எனக்கு நேரமில்லே, மீனாட்சியைக் கொஞ்சம் சமாளிச்சுக்கச் சொல்லு. புது கேசு, அவசர கேசு எதுவுமே இப்ப எடுக்க வேணாம்" என்றேன். "சரிங்கக்கா. அந்த ஐயா மறுபடி போன் பண்ணா என்ன சொல்லச் சொல்லட்டும்?"

"உண்மையைச் சொல்லட்டுமே!" என்றேன் எரிச்சலுடன்.

'இவ்வளவு நாள் இல்லாம இப்ப அடிக்கடி செய்யறாங்க.'

எனக்குச் சிரிப்பு வந்தது. ராசம்மா காதல் வயப்பட்டது இல்லை. சினிமா காதல்தான் அவளுக்குத் தெரியும். அரிதாரம் பூசப்பட்ட, இயற்கைக்கு விரோதமான மரத்தைச் சுற்றி ஓடும் காதல், டூயட் பாடும் காதல். சுய கௌரவத்தை மூட்டை கட்டி வைக்க சித்தமாகி மனைவியின் வீட்டுக்கு வருகிறேன் என்னும் ஆசாமிகளின் காதல் அவளுக்குப் புரியாது. அல்லது ஏதோ விஷயம் இருக்கிறது என்கிற அனுமானத்திலேயே இருவரும் துருவித் துருவிக் கேட்கிறார்களோ என்னவோ. விஷயம் ஆரம்பிக்கும் போதே முடிந்துவிட்டது என்று சொன்னால் அவர்களுக்கு எப்படி இருக்கும் என்று நினைத்துப் பார்க்கக் கூட எனக்கு சங்கடமாகயிருந்தது. ராசம்மா நிச்சயம் வருத்தப்படுவாள். 'கொடுப்பினைங்கறது அவ்வளவுதான்க்கா' என்று கடைசியில் வேதாந்தம் பேசுவாள். எனது அந்திம காலத்தில் அவள்தான்

எனக்குத் துணையிருக்கப் போகிறாள். அப்பாவுக்காக அதிரசம் செய்தபடி அம்மா செத்தாள். ராசம்மாவுடன் அமர்ந்து டி.வி. காதலர்களைப் பார்த்துக் கொண்டிருக்கும் வேளையில் சாவு என்னைத் தேடி வந்தாலும் வரலாம். எங்கள் ஊர் சரித்திரத்தில் அம்மாவுக்கு இருக்கும் இடம் எங்களுக்கு நிச்சயம் இல்லை.

நான் ஊருக்கு உடனே திரும்ப முடியாது என்று தெரிந்ததும் சப் - இன்ஸ்பெக்டர் பெருமாள் சேலத்துக்கே வந்துவிட்டான் என்னைத் தேடிக் கொண்டு. எவ்வளவோ கொலை கேசுகள் விசாரிக்கப்படாமல் இருக்கும் போது அகிலாவின் மரணத்துக்காக இவன் அல்லல்படுவது எனக்கு மிகையாகத் தோன்றிற்று. "என்ன பெருமாள், ஏழை ஜனங்க, அவங்களை நீ விடமாட்டியா?" என்றேன் லேசான கோபத்துடன்.

"அதில்லம்மா. கேசு பதிவாயிடுச்சு. அப்புறம் ஒரு கேள்வி வரக்கூடாது பாருங்க. நீங்க கொடுத்த சீட்டெல்லாம் அவங்ககிட்ட இல்லே. பிரேத பரிசோதனைக்கு அனுப்பணும்னு சொல்லிட்டு வந்தோம். எங்க ஆள் போறதுக்குள்ள எரிச்சுப்பிட்டாங்க."

"படிப்பறிவில்லாதவங்க. ஏழை ஜனங்க. விட்டுடு பெருமாள். உன் அதிகாரத்தை அவங்ககிட்ட காமிக்காத."

பெருமாள் தயங்கி நின்றான். "நீங்க ஒரு லெட்டர் கொடுங்க. கேசை மூடிடறேன்."

"என்ன லெட்டர்?"

"ரத்தப் போக்கினாலே ஏற்பட்ட இயல்பான மரணம்னு."

நான் பேசாமல் அவன் நீட்டிய காகிதத்தில் எழுதிக் கொடுத்தேன். இது நான் செய்யும் பிராயச்சித்தம் என்று நினைத்தபடி எழுதும்போது எழுத்துக்கள் தடுமாறின. அகிலா என்ற பெண்ணின் மரணத்துக்கு நான் தான் காரணம் என்று எழுதி விடுவேனோ என்று பயமாக இருந்தது.

ஐ.ஸி.யூவிலிருந்து அப்பாவை ஸ்பெஷல் வார்டுக்கு மாற்றிவிட்டார்கள். இன்னமும் பலவீனமாக இருந்தாலும் நான் பக்கத்தில் இருக்கும் தெம்பில் வீட்டுக்குப் போயிறலாம் என்று சொல்ல ஆரம்பித்திருந்தார். "க்ளினிக்கை கவனிக்க வேண்டாமா நீ?" என்றார்.

"பத்து நாள் க்ளினிக்கை மூடினதால ஒண்ணும் ஆயிடாது" என்றேன் நான். "நோயாளிகளை கவனிச்சுக்க ஊரிலே வேற டாக்டருங்க இருக்காங்க. உங்களைக் கவனிக்க என்னைத் தவிர யாரும் இல்லே."

அப்பா வாயைத் திறக்கவில்லை. உனக்குத்தான் வீண் சிரமம் என்றெல்லாம் சொல்லவில்லை. என்னை அந்த வார்த்தைகள் புண்படுத்தும் என்று உணர்ந்திருப்பார். அல்லது, கவனித்துக் கொள்ள வேறு ஆள் இல்லாத போது அந்த வார்த்தைகளுக்கு ஏதும அர்த்தம் இல்லை என்று உணர்ந்திருக்கலாம். சென்ற வாரம் எங்கள் இருவருக்கும் இடையே நேர்ந்த விவாதத்தைப் பற்றியும் என்னுடைய மௌனத்தைப் பற்றியும் நினைவுபடுத்துவதை இருவருமே தவிர்த்தோம். என்வரையில் அது முடிந்துபோன அத்தியாயம். அப்பாவின் உடல் நிலை இன்னும் நுட்பமாகவே இருந்தது. உணர்ச்சி வசப்படும் வகையில் சின்னப் பேச்சு வார்த்தை கூட இருக்கக் கூடாது என்பதில் நான் கவனமாக இருந்தேன். மருந்துகளின் காரணமாக அநேகமாக அப்பா எப்பவும் தூங்கிக் கொண்டிருந்தார்.

இப்பவும் தூங்கிக் கொண்டிருந்தார். நாற்காலியில் அமர்ந்தபடி ஏதோ பத்திரிகை படித்துக் கொண்டிருந்த் எனக்கு, நேற்று இரவு சரியாகத் தூங்காததில் கண்ணைச் சுழற்றிற்று. பத்திரிகையை மடித்து வைத்துவிட்டு நான் கண்களை மூடிக் கொண்டேன். மிக சுலபமாக உடல் கழண்டு, ஆற்று மணலாய் சரிந்து, விளங்காத குகைகளுக்குள் புகுந்தது. குகை சுவரெல்லாம் ஸ்கேன் ஸ்க்ரீனாக இருந்தது. எத்தனை எத்தனை கருக்கள்! சுழன்று சுழன்று

வந்தன. பிரம்மாண்டமாக்கப்பட்டது போல குகை சுவர் முழுவதும் வியாபித்தன. முகங்களைக் கவிழ்த்து பிருஷ்டங்களைக் காட்டின. பெண் உறுப்புகள் திரிசூலங்களாய் எழும்பி என்னை நோக்கி வந்தன. அவர்களுக்கு தலைவியைப் போல அகிலா வருகிறாள். யுவர் ஆனர், இவள் ஒரு கொலைகாரி என்கிறாள் என்னைச் சுட்டிக்காட்டி. திரிசூலங்கள் கொலைகாரி கொலைகாரி என்று கொக்கரிக்கின்றன. ஆடர் ஆடர் என்று நீதிதேவன் டொக் டொக்கென்று மேஜையைத் தட்டுகிறார். டொக் டொக் டொக் டொக்.

நான் திடுக்கிட்டு விழித்துக் கொண்டேன். எங்கேயிருக்கிறேன் என்று விளங்க சற்று நேரம் பிடித்தது. டொக் டொக் என்று நிஜமாகவே சத்தம் கேட்டது. திரும்பிப் பார்த்த போது தூக்கிவாரிப் போட்டது. கதவருகில் சிவா நின்றிருந்தான். அப்பா நல்லவேளை விழித்துக் கொள்ளவில்லை.

நான் அவசரமாக வெளியே வந்தேன். மார்பு படபடத்தது. அவனைப் பார்த்து எனக்கு சந்தோஷமா, சங்கடமா என்று புரியவில்லை.

"என்ன சிவா, திடீர்னு?" என்றேன்.

அவன் லேசாகப் புன்னகைத்தான். "அப்பா எப்படி இருக்காங்க?" என்றான். அவன் குரலில் தொனித்த நெருக்கம் எனக்கு சங்கடத்தை ஏற்படுத்திற்று. நீ இறங்கி வந்தாலும உன்னை ஏற்கமுடியாத நிலையில் நான் இருக்கிறேன் என்றால் இவன் என்ன நினைப்பான்?

"இப்ப கொஞ்சம் தேவலே" என்றேன் மெல்லிய குரலில். "இன்னும் ஒரு வாரம் ஆஸ்பத்திரியிலே இருக்கணும். உனக்கு யார் சொன்னது நா இங்க இருக்கேன்னு?"

"உங்க வீட்டுக்குப் போனேன். உங்க டிரைவர், 'அங்கதான் போறேன், வாங்க என்கூட'ன்னு அழைச்சிட்டு வந்தான்.

"ஓ!"

“என்ன, நா வந்ததிலே உனக்கு சந்தோஷம் இல்லபோல இருக்கே?”

நான் சட்டென்று சமாளித்துக் கொண்டேன்.

“திடீர்னு வந்து நின்னா அதிர்ச்சிதான் ஏற்படும்! நீ இங்க வருவேன்னு எதிர்பார்க்கலே.”

அவன் கனிவுடன் என்னைப் பார்த்தான். “நா போட்ட லெட்டருக்குப் பதில் சொல்ல முடியாத திடீர் பிரச்சினையிலே மாட்டிக்கிட்டிருக்கேன்னு தெரிய வந்ததும் உன்னைப் பார்த்து உனக்கு தைரியம் சொல்லணும்னு எனக்குத் தோணினா, அது இயல்பானது இல்லையா?”

அவனை நேருக்கு நேர் பார்க்கத் தைரியமில்லாமல் நான் வேறு எங்கோ பார்த்தபடி சொன்னேன்.

“தாங்க்ஸ் சிவா.”

அவன் என் தோளைத் தொட்டான். ஓ, கடவுளே! இவனுக்கு நான் என்ன பதில் சொல்லப் போகிறேன் என்று எனக்குக் கூசிற்று.

“கவலைப்படாதே” என்றான் இதமாக. “இங்கே மருத்துவ வசதி போறாதுன்னா மெட்ராசுக்கு அழைச்சிட்டு போலாம். நா ஏற்பாடு பண்ணறேன்.”

உன்னை என் அப்பா நம்பத் தயாராயில்லை என்ற வார்த்தைகள் தொண்டைக் குழியில் புரண்டன. நான் போட்ட கணக்கு தப்பு, நீ போய்விடு என்று சொல்ல மனசு அவசரப்பட்டது.

“தாங்க்யூ” என்றேன் மறுபடி. “இங்கேயே நல்லாதான் பாத்துக்கறாங்க. இப்ப தேவலை.”

“குட்! பின்ன ஏன் முகத்தை தொங்கப் போட்டுக்கிட்டிருக்கே. சியர் அப். உங்க அப்பாவை நா பார்க்கலாமா?”

நான் திடுக்கிட்டேன்.

“வேண்டாம் வேண்டாம்” என்றேன் அவசரமாக. “தூங்கிக் கிட்டிருக்கார்.”

“பார்க்கலாமா, கூடாதா?”

“பார்க்கலாம். தூங்கும்போது பார்த்து என்ன பிரயோஜனம்?”

அவன் மெல்ல நடந்து அறைக்குள் எட்டிப் பார்த்து, என்னைப் பார்த்துப் புன்சிரிப்பு சிரித்தான்.

“முழுச்சிக்கிட்டிருக்கார்.”

நான் தோற்றுப் போனவளாய் தயக்கத்துடன் அவனைத் தொடர்ந்து அறைக்குள் சென்றேன். அப்பா முதலில் தெளி வில்லாமல் பார்த்தார். பிறகு ‘யாரு?’ என்றார் என்னிடம். நான் அறிமுகப்படுத்துவதற்குள் சிவா முன்னால் வந்து. “நான்தான் சிவா. எப்படி இருக்கீங்க?” என்றான்.

“யாரு? ஓ?” என்றார் அப்பா வியப்புடன். என்னை ஒரு பார்வை பார்த்து, மீண்டும் சிவாவைப் பார்த்தார். நான்தான் இவனை வரவழைத்ததாக நினைப்பாரோ என்று எனக்குக் கூச்சம் ஏற்பட்டது.

“வீட்டுக்கு போன் செஞ்சிருக்கார். நாம இங்கிருக்கிறதா ராசம்மா சொன்னதும் பார்த்துட்டுப் போகலாம்னு வந்தாராம். இவர் வர்றது எனக்கே தெரியாது” என்றேன் மளமளவென்று.

அப்பா லேசாக தலையசைத்தார். “உட்காருங்க” என்று சைகை காட்டினார். சிவா கேஸ் ஷீட்டை ஆராய்ந்தான். துள்ளும் மானிட்டரை கவனித்தான். “ட்ரீட்மெண்ட் சரியாகத்தான் குடுத்துக் கிட்டிருக்காங்க” என்றான். “தேவைப்பட்டா மெட்ராஸுக்குக் கூட்டிட்டுப் போகலாமோங்கறதுக்காக நேரிலே பார்க்கலாம்னு வந்தேன்” என்றான்.

அவனுடைய லாகவமும் சரளமும் எனக்கு திகைப்பை அளித்தது. அவனைத் தனது மாப்பிள்ளையாக அப்பா ஏற்றுக் கொண்டுவிட்டிருப்பார் என்ற நிச்சயத்துடன் அவன் பேசுவது

வெளிப்படையாகத் தெரிந்தது. அப்பாவின் தோளை லேசாகத் தட்டி, "நல்லா ஆயிடுவீங்க, கவலைப்படாதீங்க" என்றான்.

அப்பா பதிலே சொல்லாமல் அவனைத் தீவிரமாகப் பார்த்துக் கொண்டிருந்தார். வார்டு ஆயா உள்ளே எட்டிப் பார்த்து, "உங்களுக்கு போன் வந்திருக்கும்மா" என்றாள். இதென்ன தொந்தரவு என்று நான் தயங்கின போது "நீ போ, நா இங்க இருக்கேன்" என்றான் சிவா.

இவனிடம் அப்பா நிச்சயம் விஷயத்தை சொல்லிவிடுவார் என்று பயந்தேன். சொல்லும்போது அப்பா உணர்ச்சிவசப்படுவாரோ என்றிருந்தது. நிலைமை என் கட்டுக்குள் அடங்காமல் போனது போல் இருந்தது. ஓட்டமாக போனுக்குச் சென்றபோது, அப்பா எப்படி இருக்கார் என்று ஊரிலிருந்து அவருடைய நண்பர் ஒருவர் விசாரித்தார். லேசில் பேச்சை முடிக்காமல் சுற்றிச் சுற்றிப் பேசியவரிடமிருந்து கழன்று கொண்டு நான் அப்பா இருந்த அறைக்கு விரைந்தேன். நான் போய் நின்றபோது அவர்கள் பேச்சை முடித்து ஒரு மௌனத்தில் ஆழ்ந்திருந்தது போல் இருந்தது. அப்பாவின் இமைகள் மீண்டும் உறக்கத்தில் இறங்கும் ஆயத்தத்தில் இருந்தன. சிவா என்னைப் பார்த்து லேசாகப் புன்னகைத்தான்.

"காலை வந்து பார்க்கறேன்" என்றான் மெல்லிய குரலில். "இப்ப எனக்கு ஒருத்தரைப் பார்க்கப் போகணும். அவனுடன் கூட வராந்தா வரை செல்ல எனக்கு துணிவிருக்கவில்லை. "சரி" என்று நின்ற இடத்திலிருந்து நகராமல் தலையாட்டினேன். அவன் கிளம்பிச் சென்றதும் நான் அப்பாவைப் பார்த்தபடியே அமர்ந்திருந்தேன். இவர் கண்ணைத் திறந்து "இவனை வரவழைச்சு என் மனசை மாற்றப் பாத்தியா? என் பலவீனமான நிலையை உபயோகிச்சுக்கப் பாத்தியா?" என்று கேட்டால் என்ன பதில் சொல்லி சமாளிப்பது என்ற யத்தனத்தில் இருந்தேன். அதனால் தான் அவர்

"கல்யாணத்தை சித்திரை மாசம் வெச்சுக்கலாம்" என்றபோது நான் விழித்தேன்.

12

மாணிக்கம் மிக மிக ஜாக்கிரதையுடன் ஓட்டிக் கொண்டிருந்தான் அப்பாவின் காண்டஸாவில் பயணிப்பதே சுகம். மாணிக்கத்தின் திறமையில் வண்டி அசைவதே தெரியாமல் நகர்ந்தது. அப்பா செளகர்யமாக இருக்க வேண்டும் என்று பின்சீட்டில் திண்டுகளை வைத்து அவரை உட்கார வைத்து நான் முன்சீட்டில் அமர்ந்திருந்தேன். அடிக்கடி அவரைத் திரும்பிப் பார்த்தபோது மனசில் ஒரு லேசான நிம்மதி ஏற்பட்டது. அவர் ஜன்னலுக்கு வெளியே தெரிந்த காட்சிகளிலேயே தீவிரமாகப் பார்வையைப் பதித்திருந்தார்.

"தூங்குங்களேம்ப்பா. ஊர் வந்ததும் எழுப்பறேன். இல்லேன்னா களைச்சுப் போயிடுவீங்க" என்றேன்.

"வேண்டாம்மா"

"வேண்டாம்மா" என்றார் அப்பா, பார்வையைத் திருப்பாமல் "தூக்கம் வரலே. நர்ஸிங் ஹோம்லேதான் சேத்து வெச்சு தூங்கியிருக்கேனே."

"அப்படித் தூங்கி ஓய்வெடுத்ததாலேதான் இந்த மட்டுக்கு நீங்க பொழச்செழுந்து ஊர் திரும்பறீங்கய்யா" என்றான் மாணிக்கம் நெகிழ்ந்த குரலில். "நா அன்னிக்கு பயந்த பயம் இருக்கே, அக்கா மட்டும் பயந்தடிச்சிக்கிட்டு ஓடி வரலேன்னா..."

"அதைப் பத்தி இப்ப பேச வேணாம் மாணிக்கம்" என்றேன் மெல்லிய குரலில் ஜாடையாக மாணிக்கம் அதைக் கவனிக்கவே இல்லை. தன் பேச்சில் லயித்துப் போயிருந்தான்.

"இருட்டிடுச்சு என்கிற யோசனையே பண்ணாம அக்கா வண்டி ஓட்டிக்கிட்டு வந்துட்டாங்கய்யா."

"உஷ்! மாணிக்கம்" என்று அவன் முழங்கையைத் தொட்டு அடக்கினேன்.

இந்தப் பாராட்டுக்கள் எனக்கு எரிச்சலை ஏற்படுத்தின. உன்னிடமிருந்து இந்த மாதிரி செய்கைகளை உலகம் எதிர்பார்க்க வில்லை என்பது போல. மாணிக்கம் மரியாதை தெரிந்தவன். வாயை மூடிக்கொண்டான். நான் கூச்சத்துடன் அப்பாவைத் திரும்பிப் பார்த்தேன். அப்பா வெளியே பார்த்துக் கொண்டிருந்தார். அதரங்களில் புன்னகை தெரிந்தது.

"அவளைப் பார்த்தப்புறம்தான் எனக்கு உசிரு வந்தது மாணிக்கம்" என்றார் மெல்ல.

அப்பா இப்படி வெளிப்படையாகப் பேசி நான் கேட்ட தில்லை. மிக அவசியமாகத் தன் அபிப்பிராயங்களைத் தெரிவிக்க வேண்டும் என்று பட்டால் ஒழிய தன் எண்ணங்களை அவர் வெளிப்படுத்தியதில்லை. பத்து நாட்கள் ஆஸ்பத்திரியில் கட்டிப் போட்ட நோய் இவரை பலவீனப்படுத்தி விட்டது என்கிற உணர்வு மீண்டும் மீண்டும் எனக்கு அதிர்வைத் தந்தது. இந்த உணர்வுதான் அன்று அவர் தூக்கக் கலக்கத்துடன் 'மத்தியான காபியோட ரெண்டு பிஸ்கட் சாப்பிடறேன்' என்பதுபோல 'சித்திரை மாசம் கல்யாணத்தை வெச்சுக்கலாம்' என்ற போது என்னைத் தாக்கிற்று. சுயநினைவுடன்தான் பேசுகிறாரா என்று சந்தேகம் வந்தது. மெள்ள அவரது வார்த்தைகளை கிரகித்துக் கொண்டபோது சந்தோஷம் ஏற்படவில்லை. மாறாக, எப்படிப்பட்ட நிர்ப்பந்தத்துக்குள்ளாகிப் போனார் என்ற பரிதவிப்பு ஏற்பட்டது. ஐந்து நிமிஷப் பேச்சில் சிவா இவருடைய நம்பிக்கைக்குப் பாத்திரமாகியிருப்பான் என்று நான் நினைக்கவில்லை. தன்னம்பிக்கையை முழுவதும் இழந்து விட்ட நிலையில்தான் அவர் அந்த ஏற்பாட்டுக்கு சம்மதிக்கிறார் என்று தோன்றிற்று.

"அதைப்பத்தி அப்புறம் யோசிக்கலாம்ப்பா" என்றேன் கூச்சத்துடன் "அதுக்கு இப்ப அவசரமில்லை."

அப்பா பலவீனமாகப் புன்னகைத்தார். "பார்த்தா கெட்டிக் காரனா தெரியுது. உனக்கு மனசுக்குப் பிடிச்சவனா இருக்கான். நா இப்ப இருக்கிற பவிசுக்கு வீறாப்பு பேச முடியுமாம்மா?" அப்பா திடீரென்று அழ ஆரம்பித்தார். எனக்குத் தூக்கிவாரிப்போட்டது. அவர் அழுது நான் பார்த்ததில்லை. அம்மா இறந்தபோது பச்சைக் குழந்தை மாதிரி அழுததாக ராசம்மா சொல்லுவாள். அவள் மிகைப்படுத்தியிருப்பாள். நான் செய்தி அறிந்து அமெரிக்காவி லிருந்து திரும்பியதும், அப்பா உடைந்து போயிருந்தது எடை பாதியாகக் குறைந்ததில் தெரிந்தது. ஆனால் என்னைக் கண்டதும் கண்ணீர் விடவில்லை. அவர் மடியில் தலையை வைத்து நான் அழுதபோது என் முதுகை வருடிக் கொடுத்தா. "கொடுத்து வெச்சவம்மா அவ. மகான்களுக்குக் கூட அப்படிப்பட்ட சாவு கிடைக்காது" என்றார்.

"ஏன் சாகணும். அம்பத்து அஞ்சு வயசிலே?" அப்பா வெகுநேரம் மெள்ள. "இதுக்கெல்லாம் அர்த்தம்கூட இல்லேன்னு தோணுது. குழந்தைங்க சாகறாங்க. ராசம்மாவோட புருஷன் பாரு, பொசுக்குனு செத்துப் போனான் முப்பத்திரெண்டு வயசிலே. இதுக்கெல்லாம் எனக்கு ஒரே ஒரு அர்த்தம்தான் தெரியுது. எப்ப வேணா சாவு வரும். அதுக்குத் தயாரா இருக்கணும்."

நான் விசுக்கென்று நிமிர்ந்து உட்கார்ந்தது நினைவிருக்கிறது. "நீங்க என்னை சமாதானப்படுத்தலே, கலவரப்படுத்தறீங்க."

அப்பா லேசாக நகைத்தார். "யோசிச்சுப் பார்த்தியானா, நா சொன்னதெல்லாம் சமாதான வார்த்தைன்னு புரியும்." ஆனால் எந்த அளவுக்கு அவரே சமாதானமாகியிருந்தார் என்று எனக்கு நிச்சயமாகத் தெரியவில்லை. அவரது பேச்சும் கலகலப்பும் வெகுவாகக் குறைந்து போயிற்று. சாப்பாட்டில் ருசி போயிற்று.

எல்லாவற்றிலுமே அவருக்குப் பிடிமானம் போய்விட்டது என்று நினைத்துக் கொண்டிருந்தேன், அவர் 'இது என் வீடு' என்று அன்று அழுத்தம் திருத்தமாகச் சொல்லும்வரை. ஞானத்துக்கும் துறவுக்கும் நிறைய வித்தியாசம் இருந்தது. பல பஞ்சாலைகளில் பாகஸ்தராக இருக்கும் ஒரு தொழிலதிபர் தத்துவம் பேசலாம். துறவு கொள்ள முடியாது. அதற்கு அவசியமும் இல்லை. இப்போது அவசியம் ஏற்பட்டு விட்டதாக அப்பா நினைக்கிறார் என்று தோன்றிற்று. காதோரத்தில் நரையைக் கண்டதும், இனிமேல் ராமனுக்குப் பட்டாபிஷேகம் செய்துவிட வேண்டும் என்று தசரதன் நினைத்த மாதிரி. மரணத்தின் பீதி அப்பாவின் கண்களில் நிழலாடிற்று. தோற்றுப் போனவரை போல, என்னால் இனிமேல் யுத்தம் செய்ய முடியாது என்று தவிக்கும் நிராயுதபாணியைப் போல குலுங்கும் அந்த பலவீனமான மார்பை நான் பதற்றத்துடன் அணைத்துக் கண்ணைத் துடைத்தேன்.

"உங்களுக்கு ஒண்ணுமேயில்லை. எதுக்குப் பலவீனப் படறீங்க? நல்லா ஆயிடுவீங்க, நா இருக்கேன் இல்லே?"

அப்பாவின் விசும்பல் மெள்ள அடங்கியது. அப்பாவின் மனமாற்றத்துக்குக் காரணத்தைத் தேடிப் போக வேண்டியதில்லை. நான் அவர் அருகில் இருக்க வேண்டியது அவசியம் என்கிற பிரக்ஞை ஏற்படுத்திய பயம் அவருக்கு. நான் இருக்கவேண்டு மென்றால் முன் பின் தெரியாத ஒரு 'வெளியாளை' வீட்டில் வைத்துக்கொள்ள அனுமதிப்பதைத் தவிர வேறு வழியில்லை. களைப்பில் அப்பா மீண்டும் உறக்கத்தில் ஆழ்வதை நான் யோசனையுடன் பார்த்தேன். இந்த அவரது பலவீனத்தை நான் சாதகமாக்கிக் கொள்வது அவரைக் கேவலப்படுத்துவது போல என்று கூசிற்று.

மறுநாளைக்கு சிவா சொன்னபடிக்கு வந்தான். கண்களில் உல்லாசமும் காதலும் தெரிவித்தான். தைரியமாகத் தொட்டுப்

பேசினான். அவன் காட்டிய உற்சாகத்தை என்னால் திருப்ப முடியவில்லை. அப்பாவின் மாரடைப்பு க்ளைமாக்ஸ் என்றால், 'சித்திரையிலே கல்யாணம் வெச்சுக்கலாம்' என்று அவர் சொன்னது ஆன்டி க்ளைமாக்ஸ் போல விசித்திரமாகத் தோன்றியது.

"என் லெட்டரைப் பத்தி உங்கப்பா ஏதாவது சொன்னாரா?" என்று அவன் கேட்டான்.

"உன்னைப் பார்த்த பிறகுதான் ஏதும் சொல்ல முடியும்னாங்க" என்று புளுகினேன். என் காதருகில் இருந்த சுருளை அவன் விளையாட்டாக விரலை நுழைத்துப் பிரித்தபடி சிரித்தான்.

"இப்ப என்ன சொல்றாங்க?"

"சித்திரையிலே கல்யாணம் வெச்சுக்கலாம்ங்கிறாங்க!"

"ஆஹா" என்று அவன் ஒரு கதாநாயகச் சிரிப்பு சிரித்தான். என் இடையை அணைத்து முத்தமிடுவது போல் காதருகில் நெருங்கி கிசுகிசுத்தான். "உங்கப்பாவை அஞ்சு நிமிஷத்திலே சரிக்கட்ட முடிஞ்சது. உன்னை அஞ்சு வருஷத்திலே கூட வளைக்க முடியலே." அவனுடைய உஷ்ணமான மூச்சுக் காற்றும் ஸ்பரிசமும் என்னைக் கலவரப்படுத்தின.

"இது ஆஸ்பத்திரி சிவா" என்றேன் என்னை விடுவித்துக் கொண்டு.

"அப்ப வெளியிலே வா."

"அப்பாவை விட்டுட்டு என்னால வரமுடியாது. கண்ணை முழிச்சதும் என்னைத் தேடுவாங்க."

அவன் என்னையே சற்றுநேரம் தீர்க்கமாகப் பார்த்தான். பிறகு லேசாகச் சிரித்து முதுகைத் தட்டினான். "சரி, உன் இஷ்டம்" என்றான். "சித்திரை மாசங்கறது ரொம்பத் தொலைவிலே இல்லே. நான் அடிக்கடி இங்கே வருவேன். சேலத்திலே ப்ராக்டிஸ் செட்அப் செய்யற யோசனை இருக்கு. அங்கே வைண்ட் அப் பண்ணிட்டு

இங்கே ஆரம்பிக்க சில முயற்சிகள் செய்ய இப்பவே துவங்கணும். உங்க ஊர்லேந்து ஒரு மணி நேரப் பயணம்தானே சேலம்?"

"கல்யாணத்துக்குப் பிறகு அதையெல்லாம் செய்யக் கூடாதா?"

"கல்யாணத்தும்போது வேலையில்லா போர்வழியா என்னை இருக்கச் சொல்றியா?"

நான் தயக்கத்துடன் சிரித்தேன்.

"சித்திரை மாசம்ங்கறது ரொம்ப நெருக்கமாயிடும். அப்பாவுக்கு நல்ல தெம்பு வரட்டும். அதுக்கப்புறம் வெச்சுக்கலாம். இத்தனை நாள் பொறுத்தோம். இன்னும் ஒரு இரண்டு மூணு மாசத்திலே என்ன நஷ்டமாயிடப் போவுது?"

"ஓ.கே. நோ ப்ராப்ளம்" என்றான் அவன் சரளமாக. "ஆனா என்னுடைய வேலைகளை இங்கே ஆரம்பிச்சுடப் போறேன். எனி அப்ஜெக்ஷன்?"

"இல்லை சிவா" என்றேன் தலையைக் குனிந்துகொண்டு. பிறகு தலையை நிமிர்த்தி வார்த்தையைக் கோத்துக் கோத்துப் பேசுவது போல் கேட்டேன். "நீ தீர்க்கமா யோசிச்சுதானே இந்த முடிவுக்கு வந்திருக்கே?"

"ஆப்ஸொல்யூட்லி. ஏன் சந்தேகப்படறே?"

நான் மீண்டும் தலையைக் குனிந்து கொண்டேன். "ஹைதராபாதை விட்டு வந்தது தப்புன்னு என்னிக்காவது நீ நினைக்க ஆரம்பிச்சா, நான் குத்த உணர்விலேயே செத்துருவேன்."

அவன் மீண்டும் என் இடையைப் பற்றித் தன் அருகில் இழுத்துக் கொண்டான்.

"உனக்கு நான் சாகாவரம் தாரேன். அசட்டுப் பிசட்டுன்னு பேசாதே. எனக்குத் திறமையிருக்கு. நான் ஏன் பயப்படணும்?" நூறு தைரியம் சொல்லிவிட்டு அவன் கிளம்பிப் போனான். அவன்

உற்சாகமாக, உல்லாசமாகப் பேசினாலும், இதற்கெல்லாம் நான் தகுதியுள்ளவள்தானா என்று சந்தேகம் வந்தது. என்னுடைய தவிப்பைக் கமலினிக்குச் சொன்னால் சிரிப்பாள். "கண்டிஷன் போடும்போது இதையெல்லாம் யோசிச்சியா?" என்பாள். யோசிக்கத் தான் இல்லை. என் கண்டிஷனுக்கு அவன் ஒப்புக் கொள்ளாதவரை நான் நிம்மதியாக இருந்தேன்.

"மாணிக்கம், ஏ.ஸி.யை ஆஃப் பண்ணிட்டு கண்ணாடியை கொஞ்சம் இறக்கு" என்றார் அப்பா.

"ஏம்ப்பா குளுருதா?" என்றேன் கவலையுடன்.

"இல்லேம்மா" என்றார் அவர் வெளியே பார்த்தபடி "நம்ம மண்ணுடைய மணத்தை சுவாசிக்கணும்."

ஊரின் எல்லைக்கு வந்துவிட்டதை அப்போதுதான் உணர்ந்தேன். நெடுஞ்சாலையை ஒட்டினாற்போல் தெரிந்தது அப்பாவின் விரிந்து பரந்த நிலம். பாதி பிதுரார்ஜிதமாக வந்தது. மிகுதி சுயமாக சம்பாதித்தது. நிலங்களையும், பஞ்சாலைகளையும் அவர் எப்படி நிர்வகிக்கிறார் என்று இதுவரை நான் ஆர்வம் காட்டியதில்லை. அதற்கென்று அவருக்கு நம்பகமான செயலர்கள் இருந்தார்கள். 'ஐயாவை ஏமாத்தணும்னு நினைக்கறவனுக்குக்கூட ஏமாத்தமுடியாதுங்க' என்பார்கள். "சின்ன தப்புகூட அவர் பார்வைக்குத் தப்பாது."

அப்படிப்பட்டவர் இப்போது பலவீனப்பட்டு, 'நா இருக்கிற பவிசுக்கு வீறாப்பு பேசமுடியுமாம்மா?' என்கிறார். என் இடத்தில் ஒரு மகன் இருந்திருந்தால் அப்பாவின் நிலையே வேறாக இருந்திருக்கும் என்று நினைத்துக் கொண்டேன். செயலர்களின் இடத்தில் அவனை வைத்திருப்பார். வியாபார ரகசியங்களைச் சொல்லியிருப்பார். 'தன்னுடைய பவிசைப்' பற்றி சுய பச்சாதாப மேற்பட சந்தர்ப்பமே ஏற்பட்டிருக்காது. பீமனைப்போல மகன் இருக்கையிலே எனக்கென்ன குறைச்சல் என்று நிம்மதியாகக்

கண்ணை மூடியிருக்கலாம். இப்போது கழுத்தின் மேல் கத்தி அமர்ந்திருக்கும் நிலையில் பிரமைகள் ஒவ்வொன்றாக கழன்று கொள்கின்றன. ‘இவளைப் பார்த்தப்புறம்தான் எனக்கே உசிரு வந்தது.’ எவ்வளவோ நாட்களாக நான் எதிர்பார்த்துக் காத்திருந்த அங்கீகாரம் இது என்றாலும் மனசு இறக்கை கட்டிக்கொண்டு பறக்கவில்லை. இதுவும் ஒரு நிர்ப்பந்தத்தின் விளைவால் வந்தது என்பதை நான் உணர்கிறேன்.

“சூப்பர்மேன் காமிக்ஸ் படிச்சிருக்கியோ?” என்றார் அப்பா திடீரென்று.

“ஓ, படிச்சிருக்கேனே” என்றேன் வியப்புடன்.

“சூப்பர்மேன் ஆங்கிலப் படங்களை நானும் என் சிநேகிதங்களும் சின்ன வயசிலே இதுக்குன்னே சேலத்துக்குப் போய் பார்ப்போம். சூப்பர்மேன் அசகாய சூரன். அவன் மாதிரி ஆகணும்னு எல்லா பசங்களும் கனவு காண்பாங்க. சூப்பர்மேனா நடிச்சுக்கிட்டிருந்த ஆளே சூப்பர்மேன்னு எங்களுக்கு எண்ணம் ஒருநாள் அந்த நடிகன் தற்கொலை செஞ்சுகிட்டதா செய்தி வந்தது பாரு, கடவுளே செத்துட்ட மாதிரி இருந்தது.”

இப்போது அதை அப்பா எதற்கு ஞாபகப்படுத்துகிறார் என்று நான் திகைத்தேன். அப்பா எந்த விளக்கமும் சொல்லவில்லை. தனக்குள் புன்னகை பூத்தபடி அமர்ந்திருந்தார். மாணிக்கம் என்னைப் பார்த்தான் கவலையுடன். கிட்டத்தட்ட வீட்டை நெருங்கும் சமயத்தில் அப்பா சொன்னார்: “எதுக்கு சொல் றேன்னா, நாமல்லாம் சூப்பர்மேன்னு நம்மை நினைச்சுக்கறோம். அதெல்லாமே ஒரு தோற்றம்தான், சினிமா மாதிரி.” நான் பதில் சொல்ல யத்தனிப்பதற்குள் வீடு வந்துவிட்டது. காம்பவுண்டு நிறைய ஜனங்கள் உட்கார்ந்திருந்ததைப் பார்த்து திடுக்கிட்டேன். பிரியம் என்கிற பெயரில் ஒவ்வொருத்தரும் குசலம் விசாரித்து வருத்தம் தெரிவித்து அப்பாவை உண்டு இல்லை என்று ஆக்கிவிடுவார்கள்.

வண்டி நின்றதும் நான் அவசரமாக இறங்கி, அவர்களையெல்லாம் பொதுவாகப் பார்த்து, "இந்த மாதிரி கூட்டம் போட்டீங்கன்னா அப்பாவுக்கு களைப்பாயிடும்" என்றேன். "தயவுசெய்து எல்லாரும் மெதுவா வந்து பாருங்க. இப்ப அப்பாவுக்கு ஓய்வு வேணும்."

"சரிங்கம்மா" என்றாள் ஒரு கிழவி. "எட்ட இருந்து பாத்துட்டு போயிடறம்." அப்பாவை இறக்கி ஒரு நாற்காலியில் அமர்த்தி மாணிக்கமும் இன்னும் இருவரும் உள்ளே அழைத்து சென்றார்கள். உள்ளே காத்திருந்த கம்பெனி செயலர்களைப் பார்த்து "நாளைக்குப் பேசலாம்" என்றார் அப்பா.

அப்பாவை உயிரோடு பார்த்துவிட்ட நிம்மதியில் கூட்டம் மெள்ளக் கலைந்தது. அவருடைய அறையில் சௌகர்யமாக அவரைப் படுக்க வைத்தாயிற்று. இரவுக்கான ஆகாரத்தைச் சொல்ல, கீழே இறங்கி வந்து சாப்பாட்டு மேசையருகில் அமர்ந்தேன். உடம்பின் சக்தியெல்லாம் வற்றித் துவண்டு போயிருந்தது.

"ஒரு காபி கொடு ராசம்மா" என்றேன். "அப்பாவுக்கு ராத்திரிக்கு இரண்டு இட்லியும் வெண்ணையெடுத்த மோரும்தான்."

"சரிங்கக்கா" என்றாள் ராசம்மா. சுடச்சுட காபியைக் கொண்டு வந்து நீட்டினாள். "பத்து நாள்லே நீங்கதான்க்கா ஒரேயடியா இளைச்சுட்டீங்க" என்றாள்.

"உன் கை சாப்பாடு சாப்பிட்டுப் பழகிப்போன உடம்புன்னா இது?" என்று சிரித்தேன். "என்ன முகமெல்லாம் ஒரு மாதிரி இருக்கு அழுதியா?"

அவள் மீண்டும் தலைப்பால் கண்களைத் துடைத்துக் கொண்டாள்.

"எங்களுக்கெல்லாமே தாங்கலைக்கா ஐயாவைக் கண்டதும்."

நான் காபியை மௌனமாகக் குடித்து முடித்துச் சொன்னேன்:

"இனிமேலும் ஜாக்கிரதையாத்தான் இருக்கணும் ராசம்மா. எண்ணெய், நெய் கூடாது. தேங்காய் கூடாது. ரொம்ப் கவனமா ஆகாரத்திலே இருக்கணும். நீ பாட்டுக்கு தெம்பு வரணும்னு நெய்யையும் பருப்பையும் அள்ளாதே."

"ஐய்ய, நீங்க சொல்றபடிதான் செய்வேன். நீங்க டாக்டருக்குப் படிச்சது எத்தனை நல்லதுன்னு நாங்க பேசிக்கிட்டோம்."

"அப்பாவுக்கு நா மருத்துவம் பார்க்கலே."

"அதனாலே என்ன, ஆணுக்கு சமதையா உடனே ஓடிப் போய் பக்கத்துல இருந்து கவனிச்சுக்கலே?"

ஓ, கடவுளே! மறுபடியும் இதே பேச்சு, நான் எழுந்தேன்.

"நான் இல்லாதபோது யாராவது வந்தாங்களா என்னைப் பார்க்க?"

"அந்த ஹைதராபாத்காரர் வந்தாங்கக்கா. யாருக்கா அவங்க?"

"தெரிஞ்சவங்க."

"ரொம்ப உரிமையோட காபி கிடைக்குமான்னாங்க. போட்டுக் கொடுத்தேன். மாணிக்கம் சேலத்துக்குப் போறதாச் சொன்னதும் உடனே கிளம்பிட்டாங்க."

தேவைக்கு அதிகமாக அவள் குரலில் ஆர்வம் தெரிந்தது.

"வேற யாரும் வரலியா?"

"ஓ, மறந்துட்டேன். அந்த போலீஸ்காரர் வந்து வந்து நின்னாரு."

"பெருமாளா?"

"ஆமாம். நூறு கேள்வி கேக்கறாரு. சேலத்துக்குப் போய் அம்மாவைப் பாக்கறதானா பாருங்களேன். என்னவோ சட்டம் பேசறாரு, தான் பெரிய யோக்யம்போல."

இவள் என்ன அதிகப்பிரசங்கித்தனமாக உளறி வைத்தாளோ என்றிருந்தது.

பெருமாளைப் பற்றி என்ன வம்பு என்று விசாரிக்க எனக்கு ஏதும் உற்சாகமிருக்கவில்லை. அப்பா தூங்கிக் கொண்டிருந்தார். அவர் சொன்ன சூப்பர்மேன் கதை நினைவுக்கு வந்தது. நாளைக்கு நர்ஸிங் ஹோம் வேலை முடிந்ததும் அவருடைய செயலர்களைப் பார்த்துப் பேச வேண்டும் என்று நினைத்துக் கொண்டேன். மருத்துவம் படித்து நர்ஸிங் ஹோம் நடத்துபவளுக்கு, நிர்வாகம் என்பது அது பஞ்சாலையோ, விவசாயமோ பிரம்மவித்தை இல்லை. தனது சூப்பர்மேன் கனவு மடிந்து போனதாக அப்பா நினைப்பதற்கு அவரேதான் காரணம். பழைய இதிகாச நினைவுகளில் இருப்பவர் அவர். ஸ்லேட்டை ஈரத்துணியால் துடைப்பதுபோல அவற்றைத் துப்புரவாகத் துடைத்துவிட வேண்டும் என்று எனக்கு ஆத்திரம் வந்தது. கமலினி அத்புத ராமாயணம் என்று ஒரு புராண காவியம் இருப்பதாகச் சொன்னாள். அதில் ராவணனைக் கொல்வது ராமனில்லை. ராமன் மயங்கி விழ அவனது தனுசை எடுத்து ராவணனைக் கொல்வது சீதை. யார் பேச்சையோ கேட்டு மனைவியைக் காட்டுக்கு அனுப்பிய ஒரு புருஷனை ஹீரோவாக்க விரும்பாத ஒரு பெண் அல்லது பெண்கள்தான் அதை எழுதி யிருக்கவேண்டும் என்று நான் சிரித்தேன். ஏன் அதுவே ஒரிஜினல் கதையாக இருந்திருக்கக்கூடாதா என்று கேட்டாள் கமலினி.

13

அப்பாவின் அலுவலக ஏ.சி. அறையை விட்டு வெளியேறி ஆலையின் மையத்துக்குள் நுழைந்ததும் அதன் வெப்பம் தாக்குவதற்கு முன் சத்தம் காதைத் துளைத்தது. ஸ்பின்னிங் ஷட்டில்களின் வேகமான சுழற்சியைக் கண்காணித்தபடி நின்றிருந்த தொழிலாளிகள் என்னைக் கண்டதும் வியப்பைப் பார்வையில்

வெளிப்படுத்தி வணக்கம் என்று கையைக் கூப்பி சைகை காண்பித்தார்கள். தலையிலும் முகத்திலும் கைகால்களிலும் ஒட்டிக் கொண்டிருந்த பஞ்சைத் துடைத்துக் கொள்ள முயன்றார்கள். இயந்திரங்களின் சத்தத்திற்கு மேல் குரலை உயர்த்தி என்னிடம், முதல் முறையாக ஸ்பின்னிங் மில்லுக்கு வருபவர்களிடம் விளக்கம் சொல்வது போல விளக்கிக் கொண்டிருந்த செயலாளர் தணிகாசலத்தின் வார்த்தைகளைக் காதில் அவ்வளவாக வாங்கிக் கொள்ளாமல் நான் தொழிலாளர்களைப் பார்த்து லேசாகப் புன்னகைத்தபடி நகர்ந்தேன். இந்த ஆரம்பக் கல்வி எனக்குத் தேவையில்லை என்று இவரிடம் சொல்வதற்கு நான் அவசரப்படக் கூடாது. சற்று முன் அலுவலக அறையில் இவரும் இன்னொரு காரிய தரிசியான சம்பந்தமும் அப்பாவின் தொழில் விவகாரங்களைப் பற்றி ஒரு வரைகோடு கொடுத்திருக்கிறார்கள். இதற்கு மேல் எனக்குத் தெரியவேண்டிய அவசியமில்லை என்று அவர்கள் நினைத்தது போல் இருந்தது.

"தங்கச்சி, நீங்க இதப்பத்தியெல்லாம் கவலைப்பட வேண்டியதில்லே. ஐயா எழுந்து நடமாடறவரைக்கும் நாங்க ஒரு குறைவும் இல்லாம கவனிச்சுப்போம்" என்றார் தணிகாசலம்.

"உங்களைப் பத்தி எனக்குத் தெரியும். ஆனாலும் நா தெரிஞ்சுக்க ஆசைப்படறேன். அதிலெ ஒண்ணும் தப்பில்லையே?"

"சேச்சே, தப்பென்ன?" என்றார் சம்பந்தம் முந்திக்கொண்டு. "உங்க க்ளினிக் வேலையே நிறைய இருக்கு. இதிலே வேற நீங்க பூந்துக்கிட்டீங்கன்னா, நேரம் எங்க இருக்கும்னுதான் சொல்றோம்."

"அவசியம்னா நேரத்தைக் கண்டுபிடிக்கலாம்" என்றேன் லேசான புன்னகையுடன். "மக என்கிற முறையிலே அப்பாவுக்கு என்னால ஆன உதவியைச் செய்யலாம்னு தோணுது. 'உனக் கென்னம்மா தெரியும் மில்லெப்பத்தி'ன்னு அவங்க நாளைக்கு ஆயாசப்பட்டுக்கக் கூடாது.

“கொஞ்ச நாள்லே ஆபீசுக்கு அவங்க வர ஆரம்பிக்கலாம் இல்லே?” என்றார் தணிகாசலம் சந்தேகத்துடன்.

“கொஞ்ச நாள் செல்லும். ஒரு மாசமாவது அவங்க ஓய்வு எடுக்கணும்” என்றேன் நான் பட்டுக்கொள்ளாமல். “அதுக்குப் பிறகும் அவங்க மில்லுக்கு வர்றதை தவிர்க்கணும்னு நா நினைக் கறேன். அவருடைய பிரதிநிதியா நா இங்கே வந்து பார்த்துக்கலாம்.

அவர்கள் இருவரும் ஒருவரையொருவர் அர்த்தபுஷ்டியுடன் பார்த்துக் கொள்வதைக் கவனித்து உள்ளுக்குள் நெருடிற்று. இந்த ஏற்பாடு இவர்களுக்கு சம்மதமில்லை என்று தோன்றிற்று. சம்மதமில்லாததற்கு விபரீத காரணங்கள் ஏதும் இருக்காது என்று எனக்குத் தெரியும். அப்பாவின் நம்பிக்கைக்குப் பாத்திரமானவர்கள் இவர்கள். ஒரு பெண், இந்த ஆண் சாம்ராஜ்யத்துக்குள் மூக்கை நுழைக்க வேண்டியதன் அவசியமென்ன என்பதுதான் அவர் களுடைய பிரச்சினை என்று நான் நினைத்துக் கொண்டேன்.

“தாராளமா” என்றார் தணிகாசலம், குழப்பம் முகத்தில் விடுபடாமல். “உங்க திருப்திக்கு நீங்க வரலாம். ஐயா சரின்னாங் கன்னா சரிதான்.”

இவர்கள் என்னை ஆழம் பார்க்கிறார்கள் என்று தோன்றிற்று. தங்கள் மேல் நம்பிக்கை இல்லாமல் அப்பா என்னை அனுப்பி யிருப்பதாக இவர்கள் நினைக்கலாம். நான் இங்கு வரப்போவதாக அப்பாவிடம் சொல்லியிருந்தால் ‘எதுக்கும்மா? அவங்க ரெண்டு பேரும் பார்த்துக்குவாங்க’ என்றுதான் சொல்லியிருப்பார்.

‘எனக்கு ஓரளவுக்காவது விஷயம் தெரிஞ்சிருக்கறது நல்லதுப்பா’ என்று நான் சொன்னால் தன் உடல் நிலையைப் பற்றி கலவரப்பட்டுப் போவார். ஆலையில் என்னைப் பார்த்து அங்கங்கே தொழிலாளிகள் வியப்புடன் நின்று வணக்கம் தெரிவித்தது கண்டு எனக்குக் கூச்சம் ஏற்பட்டது. ஏதோ அன்னியப் பிரதேசத்தில் நுழைந்த மாதிரி...அப்பா உயிருடன் இருக்கும்போதே அவருடைய

ஸ்தானத்தைப் பறித்துக் கொள்ள நினைக்கும் அதிகாரமற்ற வேட்பாளராக என்னை அவர்கள் பார்ப்பதாக நான் கற்பித்துக் கொண்டேன். நான் அப்பாவின் கான்டஸாவில் ஏறிக்கொண்டேன். மாணிக்கம் வண்டியைக் கிளப்புவதை தணிகாசலமும் சம்பந்தமும் தீவிர யோசனையுடன் பார்ப்பது போல் இருந்தது.

"மாணிக்கம், கொஞ்சம் இரு" என்றேன். கண்ணாடியைக் கீழே இறக்கி, அவர்களைப் பார்த்து லேசாகச் சிரித்தபடி சொன்னேன்: "அப்பா என்னை இங்கே அனுப்பலே. அவங்களுக்கு நா இங்கே வர்றது கூடத் தெரியாது.

"அதுக்கொன்ன தங்கச்சி, நீங்க எப்ப வேணா வாங்க" என்றார் சம்பந்தம். ஆனால் இருவர் முகத்திலும் இறுக்கம் தளர்ந்திருந்தது.

"க்ளினிக்குக்குத்தானேக்கா?" என்றான் மாணிக்கம்.

"ஆமாம்" என்றேன். இனம்புரியாத ஒரு அவமான உணர்வு என்னை ஆட்கொண்டது. அப்பாவின் மகளாக நான் இருந்தாலும் எனது திடீர் வருகை இங்கு அசம்பாவிதமாக, சந்தேகத்திற்கு இடமளிப்பதாகப் போவது, இந்த வட்டத்தில் இதுதான் உன் அந்தஸ்து என்பது போல் இருந்தது. நான் மெள்ள என்னை நிதானப்படுத்திக் கொண்டேன். முன்பின் அறிவிக்காமல் நான் இங்கே வந்தது தவறு. நான்தான் பட்டத்து இளவரசி என்பது போல் என் அதிகாரத்தை இங்கே வெளிப்படுத்த வந்ததாக இவர்கள் நினைத்தால் அதில் ஆச்சரியப்பட ஒன்றுமில்லை. உண்மை யிலேயே விஷயத்தைத் தெரிந்து கொள்ளும் எண்ணத்தில் நான் தீவிரமாக இருக்கிறேன் என்பதை அவர்கள் புரிந்து கொள்ள மாட்டார்கள். இதெல்லாம் எனக்குத் தேவையற்றது மட்டுமில்லை. எனக்கு விளங்கவும் விளங்காது என்றும் அவர்கள் நினைக்கலாம். எதிர்காலத்தைப் பற்றி அப்பா என்ன திட்டங்கள் வைத்திருந்தார் என்று எனக்குத் தெரியாது என்கிற பிரக்ஞை என்னை சங்கடப் படுத்திற்று. தனக்குப் பிறகு ஆலை விஷயங்களைப் பற்றி என்ன

யோசனை வைத்திருக்கிறார் என்று எனக்குத் தெரியாது. சம்பந்தமும் தணிகாசலமும் உதவியாளர்களே தவிர பாகஸ்தர்கள் இல்லை. இந்த மாரடைப்பு அப்பா எதிர்பாராமல் வந்தது என்றாலும் இதைப் பற்றியெல்லாம் அவர் யோசனை செய்யாமல் இருந்திருப்பாரா என்று எனக்கு சந்தேகமாக இருந்தது. அவரை நேரடியாக இதைப் பற்றிக் கேட்க கூச்சமாக இருந்தது. இந்தக் கூச்சமும் தயக்கமும் எனது பிறவியின் சாபக்கேடு. நான் ஆணாக இருந்திருந்தால் இப்படி ஒவ்வொன்றுக்கும் தயங்கியிருப்பேனா என்று ஒப்பிட்டுப் பார்ப்பதே கேவலமாகத் தோன்றிற்று. அம்மாவின் நினைவு வந்தது. ‘இந்த வீட்டிலே உனக்கிருக்கிற உரிமையைக் கோட்டை விட்டுடக் கூடாது’ என்று என் எதிரில் அமர்ந்து வார்த்தைகளைக் கோத்துக் கோத்து அழுத்தந்திருத்தமாகச் சொன்னது நேற்று போல் இருக்கிறது. இந்த வார்த்தைகளுக்கு வசீகர வசிய சக்தி இருந்ததைப் பற்றி அவளுக்குத் தெரிந்திராது. அன்றிலிருந்து இன்று வரை எனது ஆதார உணர்வுகளுக்கு இந்த வார்த்தைகள் தரும் ஊட்டம் எப்படிப்பட்டது என்று அவள் உணர்ந்திருக்கமாட்டாள். தனி மனுஷியான எனக்கு மட்டும் சொல்லப்பட்ட வார்த்தைகள் அல்ல அவை என்று படிப்பறிவில்லாத அவளுக்குப் புரியாது.

“மில்லு காம்பவுண்டுலே காரைப் பார்த்ததும் ஐயாதான் வந்துட்டாங்களோன்னு ரொம்ப பேர் ஆர்வமா வந்தாங்கக்கா” என்றான் மாணிக்கம்.

“உம்” என்றேன் நான் என்னுள் மூழ்கிய யோசனையில்.

“என்னைக் கேள்வி கேட்டு துளைச்செடுத்துட்டாங்க.”

“எதைப் பத்தி?”

“சின்னம்மாவுக்குக் கல்யாணமாமேன்னாங்க.”

எனக்குத் தூக்கிவாரிப் போட்டது. இதுதான் யாரிடமும் நான் மூச்சு விடவில்லை. அப்பா தனது காரியதரிசிகளிடம் சொன்னாரோ என்னவோ.

“நீ என்ன சொன்னே? என்றேன் கூச்சத்துடன்.

“எனக்குத் தெரியாதுன்னேன். அவங்க நம்ப மாட்டேங் கறாங்க. அந்த ஹைதராபாத் டாக்டர்தான் மாப்பிள்ளைங்கறாங்கக்கா. உண்மைதானா?

“ஒண்ணும் நிச்சயமாகலே மாணிக்கம். அப்பாவுடைய உடம்பு முதல்லே சரியாகட்டும்.

“ஐயா நல்லா ஆயிடுவாங்க. அதுக்காக நல்ல காரியங்களை ஒத்திவைக்க முடியுமாக்கா?” என்றான் அவன் நூற்றுக்கிழவன் போல.

“ஜோடிப் பொருத்தம் நல்லா இருக்கும்க்கா” என்றான் உற்சாகத்துடன். “மில்லுலேகூட அப்படித்தான் பேசிக்கிட்டாங்க.

“ அவங்களுக்கு எப்படித் தெரியும்?”

“மாப்பிள்ளை ஐயா நேத்து இங்க வந்திருந்தாராமில்ல?”

வியப்பில் நான் வாயை மூடிக் கொண்டேன். சிவா எதற்கு இங்கே வந்தான் என்று எனக்குப் புரியவில்லை. இங்கு வரப் போவதாக அவன் சொல்லவில்லை. நேற்று அவன் வீட்டிற்கு வந்த போது நான் இல்லை. திம்மம்பட்டியில் ஒரு அவசர கேஸ் பார்க்கப் போயிருந்தேன். திரும்பி வர இரவாகி விட்டது. தன்னை வந்து பார்த்துப் பேசி விட்டுப் போனதாக அப்பா சொன்னார்.

“சேலத்துக்குக் குடிபெயர்ந்தாச்சாமே?” என்றார்.

“ஆமாம். நாங்ககூட அவசரப்பட வேண்டாம்னு சொன்னேன். இப்பவே வந்தாதான் இரண்டு மாசத்துக்குள்ளே கொஞ்சம் தொழில்லே செட்டில் ஆக முடியும்னான்? என்றேன்.

“கலகலப்பான ஆள்போலத் தெரியுது” என்றார் அப்பா. பாராட்டாகச் சொன்னாரா குறையாகச் சொன்னாரா என்று எனக்குப் புரியவில்லை.

"பட்டணத்திலே வளர்ந்தவர்கள்ளாம் அப்படித்தான் இருப்பாங்க."

அப்பா சற்று நேரம் எதுவும் பேசவில்லை. பிறகு தீர்க்கமாக யோசித்துச் சொல்பவர் போல, "சீக்கிரமா கல்யாணத்தை வெச்சுக்கறது நல்லது" என்றார்.

"வேண்டாம். அவசரமில்லே" என்றேன் தீர்மானமாக. "நீங்க நல்லா எழுந்து நடமாட ஆரம்பிச்ச பிறகுதான் அதெல்லாம்."

"இது சின்ன ஊரு. அவன் உன்னைப் பார்க்க தினம் இங்க வந்து நிப்பான். நல்லாயிருக்காது.

நான் எரிச்சலை அடக்கிக் கொண்டு சொன்னேன். "இது தானே உங்க கவலை? இங்கே அப்படி வந்து நிக்கக்கூடாதுன்னு சொல்றேன், கல்யாணம் ஆறவரைக்கும்." அப்பா நம்பிக்கை இல்லாமல் புன்னகை செய்தார்.

இப்போது இவன் எதற்காக ஆலைக்குச் சென்று தன்னை வருங்கால மாப்பிள்ளை என்று பிரகடனப்படுத்திக் கொள்ள வேண்டும் என்று எனக்குக் கோபம் வந்தது. இத்தனை 'கலகலப்பு' என்னை தர்மசங்கடத்தில் ஆழ்த்தும் என்று அவனிடம் சொன்னால் அவன் புரிந்து கொள்வானா என்று சந்தேகம் வந்தது. தணிகா சலத்தின் கண்களிலும் சம்பந்தத்தின் பார்வையிலும் நிழலாடிய குழப்பத்திற்குக் காரணம் விளங்குவது போலிருந்தது. அப்பாவின் வண்டியில் நான் பயணித்ததுகூட அதிகப் பிரசங்கித்தனம் என்று வெட்கமேற்பட்டது.

க்ளினிக்கை அடைந்ததும் இரண்டு அவசர கேஸ் இருப்பதாக மீனாட்சி தெரிவித்தாள். "ஒண்ணு பிரசவ கேசு, இன்னொண்ணு அபார்ஷன் கேசு. எதை முதல்லே கவனிக்கிறதுன்னு புரியலே."

நான் உள்ளே விரைந்தேன். லேபரில் இருந்த பெண் முக்கக்கூட முடியாத அளவுக்கு பலவீனமாக இருந்தாள். இன்னும்

ஒரு மணி நேரமாவது ஆகும் என்று கணித்துவிட்டு அடுத்த கேசைப் பார்க்கச் சென்றேன். வலியில் துடிப்பவள் போல் சுருண்டு படுத்திருந்த சண்பகத்தைக் கண்டு வியப்பேற்பட்டது.

'சண்பகமா? என்ன ஆச்சு உனக்கு? அன்னிக்கு மாத்திரை கொடுத்தேனே? கரையலியா?

"இல்லே" என்பது போல் தலையாட்டினாள்.

"பின்னே ஏன் வரலே மறுபடி?"

அவளால் பதில் சொல்ல முடியவில்லை. "ஐயாவுக்கு உடம்பு சரியில்லாமப் போயிட்டது. நீங்க இங்கே இல்லே" என்று மீனாட்சி மெல்லிய குரலில் சொன்னாள். "நாட்டு மருத்துவச்சிகிட்ட போயி என்னத்தையோ சாப்பிட்டிருக்கா."

"அடிப் பாவி" என்று அடிக்குரலில் சபித்தேன். என்னைத் தவிர வேறு எந்த டாக்டரிடமும் இந்த ஊரில் தன் முகத்தைக் காட்ட இவளுக்கு தைரியமிருந்திருக்காது. அசட்டுத்தனத்தால் இக்கட்டில் மாட்டிக் கொள்ளும் இவளைப் போன்ற பெண்களை நான் பொதுவாகத் திட்டியபடி அவளுக்கு மயக்கம் கொடுத்து காரியத்தில் இறங்கினேன். இடையில் மீனாட்சி கிசுகிசுத்தாள். "இதுக்கு யார் காரணம்னு நினைக்கிறீங்க?"

"எவனா இருந்தா என்ன? ஒரு அயோக்கியன்" என்றேன் அலுப்புடன்.

"யோக்கியம் மாதிரி நடமாடறவன்" என்றாள் மீனாட்சி.

இதே வார்த்தையை ராசம்மா சொன்னது நினைவுக்கு வந்தது. தூக்கி வாரிப்போட்டது.

"யாரு பெருமாளா?"

"ஆமாம். எப்படி கரிக்டா சொல்றீங்க?"

"அவன்கிட்ட எப்படி இவ மாட்டிக்கிட்டா?

"அவளைத்தான் கேக்கணும்."

"இதப் பார், மயக்கம் தெளிஞ்சதும் இவபாட்டுக்கு வீட்டுக்குக் கிளம்பிடப் போறா. இரண்டு நாள் இங்க தங்கட்டும். ரெஸ்ட் வேணும் இவளுக்கு."

பிரசவக் கேசின் சமயம் நெருங்கி விட்டதால் மேற்கொண்டு பேச நேரமில்லாமல் விரைந்தேன். கர்ப்பிணிக்குத் தாக்குப்பிடிக்கும் சக்தியே இல்லாமல் கடைசியில் ஆயுதம் போட்டு சிசுவை எடுக்க வேண்டியிருந்தது. ஆண் குழந்தை என்கிற நிம்மதியில் அவள் உறங்கிப் போனதைக் கவனித்துவிட்டு நான் சோர்வுடன் வெளியே வந்தபோது சண்பகத்தின் உருவம் கண்ணில் பட, மீண்டும் பெருமாளின் நினைவு வந்தது. பெருமாள் திருமணமானவன். அவனிடம் இவள் எப்படி மாட்டிக்கொண்டாள் என்கிற கோபம் எனக்கு எழுந்தது. சென்ற முறை இவளைக் கேட்ட போது இவள் பதில் சொல்லாமல் அழுதது நினைவுக்கு வந்தது. நாளை சற்று தெம்பு வந்ததும் இவளைக் கேட்க வேண்டும் என்று நினைத்துக் கொண்டேன். தூங்கிக் கொண்டிருந்த அவளைப் பார்க்கப் பாவமாக இருந்தது. உழைத்து கிண்ணென்றிருக்கும் உடம்பு, கிழித்த நாராக இருந்தது.

அப்பாவைப் பார்த்து ரொம்ப நேரமாகி விட்டது என்ற நினைவில் நான் வீட்டிற்குக் கிளம்பினேன். க்ளினிக் தாழ்வாரத்தில் அமர்ந்தபடி அரளிப் பூவை மாலையாகத் தொடுத்துக் கொண்டிருந்தாள் பாவாயி. என்னைக் கண்டதும், "இன்னைக்கு பௌர்ணமி பூஜைம்மா மங்கம்மா தாயிக்கு. வந்துடுங்க" என்றாள்.

"ஸ்பெஷல் பூஜை" என்றாள் மீனாட்சி. "பெரியய்யா குணமாகி வந்ததுக்கு."

"ஸ்பெஷல்னா என்ன செய்வீங்க?" என்று சிரித்தேன்.

"பொங்கல் படைக்கிறோம். முனியப்பனை அனுப்பறேன் உங்களைக் கூட்டியாற" என்றாள் பாவாயி.

இவர்களுக்கு இருக்கும் நம்பிக்கை எனக்கு இல்லாவிட்டாலும் இவர்களது இந்த செயல் என்னை ஏன் நெகிழ்விக்கிறது என்று எனக்குப் புரியவில்லை. பாவாயி இந்தப் பூஜையை ஒரு சமூக சேவையாக நினைத்தாளோ இல்லையோ, எந்த வகையிலோ இங்கிருக்கும் பெண்களிடையே அது ஒரு நல்லிணக்கத்தை ஏற்படுத்துகிறது. இந்த க்ளினிக்கில் ஏற்படும் சுகப்பிரசவத்திற்கெல்லாம் பிறக்கும் ஆண் குழந்தைக்கெல்லாம் மங்கம்மாளின் அருள்தான் காரணம் என்பது பாவாயியின் நம்பிக்கை. அப்பா சாப்பிட்டாரா, தூங்கினாரா என்று ராசம்மாவிடம் விசாரித்தபடியே நான் மேலே சென்றேன். அப்பா கட்டிலில் சாய்ந்தபடி அமர்ந்திருந்தார். கையில் அன்றைய தினசரி இருந்தது.

"என்னப்பா, பேப்பர் படிக்கிறீங்களா?" என்றேன்.

"கொஞ்சம் படிக்கறதுக்குள்ளே சோர்ந்து போகுது" என்றார் அப்பா அலுப்புடன். "எப்பம்மா நார்மலாவேன்?"

"மெள்ள ஆயிடுவீங்கப்பா" என்றேன் மெல்லிய துக்கத்துடன். "அவசரப்படக்கூடாது. அலுத்துக்கக் கூடாது."

"அலுப்பாகத்தான் இருக்கு. இந்த மாதிரி நா படுத்ததே இல்லை."

"என்ன செய்றது, உடம்புன்னா ஒரே மாதிரி இருக்குமா?"

"கடைசி மூச்சு வரைக்கும் கெட்டிமுட்டியா இருந்தாதாம்மா கௌரதை."

"என்ன இப்படியெல்லாம் பேசறீங்க?" என்றேன் அதட்டலாக. "இப்ப கௌரதை என்ன குறைஞ்சுபோச்சு? கொஞ்ச நாள் ரெஸ்ட் எடுத்தீங்கன்னா பழையபடி ஆயிடப் போறீங்க.

அப்பா பதில் சொல்லாமல் சுவரில் தலையை சாய்த்து கண்களை மூடிக்கொண்டார். நான் அருகில் சென்று அவர் தோளைப் பற்றினேன்.

"ஏம்ப்பா, என்ன ஆச்சு இன்னிக்கு? ஏன் இப்படிப் பேசறீங்க? வலி எதனா இருக்கா?

"அதெல்லாம் இல்லே. ஆனா ரொம்ப களைப்பா இருக்கு எத்தனை நாள் இப்படி இருப்போம்னு மலைப்பா இருக்கு.

"நல்லா ஆயிடுவிங்க, ஆகாரமும் மருந்தும் கரெக்டா சாப்பிட்டு வந்தீங்கன்னா தெம்பு வந்துரும்" என்றேன் அவரது நெற்றியை வருடியபடி. "உங்களுக்கு போர் அடிக்கிறது. அதுதான் பிரச்சினை."

அப்பா கண்களைத் திறந்து லேசாக சிரித்தார். "அது உண்மைதான்."

"உங்களுக்கு பேப்பர் படிக்க, புத்தகம் படிக்க மாணிக்கத்தை இங்கே இருக்கச் சொல்றேன். எனக்கு அவன் தேவையில்லே" என்றேன்.

"இன்னிக்கு மில்லுக்குப் போனியா?" என்றார் அப்பா.

"என்ன விஷயம்?"

"சும்மாத்தான். அதைப் பத்தி கொஞ்சமாவது அறிவு இருந்தா சமயத்துக்கு உங்களுக்கு உதவியா இருக்கலாம்."

அப்பா பதில் ஏதும் சொல்லவில்லை. "தெரிஞ்சுக்கிறது நல்லதுதானே?"

"நல்லதுதான்" என்றார் மெள்ள. "நா இதைப் பத்தியெல்லாம் யோசிக்கவேயில்லை. தணிகாசலமும் சம்பந்தமும் நீ தலையிடறதா நினைக்கக் கூடாது."

"நீங்கதான் அவங்க சந்தேகத்தைப் போக்கணும்."

"கொஞ்ச நாளைக்கு விட்டுப்பிடி. நீ அவசரப்படறதைப் பார்த்தா கலவரம்தான் ஏற்படும்.

நான் தலையைக் குனிந்து கொண்டேன். "எனக்கென்ன அவசரம்? என்றேன் வருத்தத்துடன். சிவா வந்திருந்ததையும்

அவர்கள் சொல்லியிருப்பார்கள் என்று நினைத்துக் கூச்சம் ஏற்பட்டது. அப்பாவே கலவரப்படுவது போல் தோன்றிற்று. ஜன்னல் வழியே பார்த்த போது முனியப்பன் என்னை அழைத்துப் போக வருவது தெரிந்தது.

நான் அப்பாவைப் பார்த்தேன். “பௌர்ணமி பூஜை பண்றாங்க. நான் போயிட்டு வரேன்” என்றேன். பிறகு என்னை அறியாத உத்வேகத்துடன் சொன்னேன்: “எனக்கு பாட்டியோட ஞாபகம் வருது. நா படிக்கணும்னு சொன்னப்போ ‘நீ படிச்சதனாலே ஆணா மாறிட முடியாது’ன்னாங்க. இன்னிக்குத்தான் புரியுது. அவங்க உருவத்தைப் பத்தி சொல்லலே. எண்ணங்களைப் பத்தி சொன்னாங்கன்னு.”

நான் படியிறங்கி முனியப்பனோடு நடந்தபோது குலவை யொலி கேட்டது. மங்கம்மா தாயியுடன் இன்று அம்மாவும் வருவாள் என்று தோன்றிற்று.

14

பௌர்ணமி நிலவின் ஒளியில் அவர்கள் எல்லாருமே அமானுஷ்யமாகத் தெரிந்தார்கள். நான் வந்து நின்ற உணர் வில்லாமல் தீவிரத்துடன் அரளி மாலையிட்டு மஞ்சள் பட்டையின் மேல் பளீரென்று குங்குமத்துடன் இருந்த ‘மங்கம்மா’வைப் பார்த்தபடி நின்றிருந்தார்கள். ஒட்டி உலர்ந்த பாவாயியின் தாடைகளில் ஒரு மினுமினுப்பு கூடியிருந்தது. இரண்டு கைகளையும் அகல விரித்து லேசான விம்மலுடன் ‘எங்களை ரட்சிக்கணும் தாயி’ என்று குரல் கொடுக்க, எல்லாரும் கண்கள் நீர் சொரிய நிற்பதைக் கண்டு எனக்குக் காரணம் புரியாமல் மயிர்க்கூச்செறிந்தது. அவர்களது ஹிஸ்டீரியா என்னையும் தொற்றிக் கொண்டது போல் இருந்தது. ‘உயிர்ப் பிச்சை அளித்தவளே, எங்க வயிற்றிலே பால் வார்த்தவளே’. பாவாயி கவிதையில் மெய்சிலிர்த்து,

'உன்னைவிட்டா எங்களுக்கு நாதியில்லே தாயி' என்று பெரிய குரலில் கேவலுடன் நிறுத்திய போது 'கும்பிடறோம் தாயி' என்று மற்றவர்கள் முடித்து கல்லின் முன் விழுந்து வணங்கினார்கள்.

கைக்காசை செலவழித்து அவர்கள் அங்கு படைத்திருந்த பொங்கலும் பழமும் தேங்காயும் ஊதுபத்தி புகையும் அவர்களது அந்தரங்க சுத்தியினால் புனிதப்பட்டுப் போனது போலத் தோன்றிற்று. 'நான் யோசிக்கிறேன். அதனால் நான் இருக்கிறேன்' என்று தெக்கார்த்தே சொன்னமாதிரி 'இவர்கள் நம்புகிறார்கள். அதனால் மங்கம்மா இருக்கிறாள்' என்று நான் சொல்லிக் கொண்டேன். வருஷா வருஷம் அம்மாவின் இறந்த தினத்தன்று இப்படித்தான் ஒரு படையல் வைக்கும் வழக்கத்தை ராசம்மா கர்மசிரத்தையுடன் பின்பற்றி வருகிறாள்.

'நாளைக்கு அம்மா வராங்க' என்று நினைவுப்படுத்துவாள். இந்த மங்கம்மா பூஜையெல்லாம் சமீபத்தில் ஆரம்பித்தது. நான் நர்ஸிங் ஹோம் கட்டி முடித்து தொழில் ஆரம்பித்த பிறகு. பாவாயியின் கனாவில் மங்கம்மா வந்தாளாம். அதுவரை மங்கம்மாவுக்கு இங்கு சரித்திரம் இருந்ததில்லை. 'கனாவிலே வந்தது. நம்ம அம்மாவா இருக்கலாம்' என்று ராசம்மா அபிப்பிராயப் பட்டாள். எனக்கு சிரிப்பு வந்தது. அம்மா ஏன் பாவாயியின் கனவில் வரவேண்டும்? என் கனவுகளில் இதுவரை வந்ததில்லை. இன்று இந்த அமானுஷ்ய சூழலில் அம்மா நிற்பதாக எனக்கு பிரமையேற்பட்டது. அம்மா நான் தோற்றுப் போனேன் என்றேன் அந்த அருவத்திடம். சாண் ஏறினால் முழம் சறுக்குகிறது. எதுக்காக உன் வார்த்தையாலே என்னைக் கட்டிப்போட்டே? நான் எதை சாதிக்கணும்னு நினைச்சே? இது ஒரு நிழல் யுத்தம்னு தெரிஞ்சேதானே எனக்கு உபதேசம் பண்ணினே, எதுவும் தெரியாத அப்பாவி மாதிரி? 'இந்த யுத்தத்திலே ஜெயிக்கிறது உன் சாமார்த்தியம்' என்று அம்மா என்மேல் பாரத்தைச் சுமத்திவிட்டுச் சென்றதுபோல் இந்தப் பெண்கள் எல்லாம் நிலவொளியில் கரைந்து நிற்கும் தருணத்தில் எனக்கு சோர்வு

ஏற்பட்டது. கணகணவென்று யாரோ மணியடித்தார்கள். நான் சுய நினைவுக்கு வந்தேன். பாவாயி சூடம் ஏற்றிய தட்டை கல்லின் மேலும் கீழும் பக்கவாட்டிலுமாக தேர்ந்த பூஜாரியைப் போல அசைத்து அசைத்துக் காட்டும் போது சூடத்தின் ஒளியில் பாவாயியின் முகம் ஒளிர்ந்தது. இந்த பூஜை தனக்குக் கொடுக்கும் முக்கியத் துவத்துக்கே இவள் இதை நடத்துகிறாள். இவளது கற்பனையில் உதித்த மங்கம்மா இன்று எல்லாருடைய சுமைதாங்கியாகிப் போனது மட்டுமல்ல, என்னுடைய அங்கீகாரமும் பெற்றுவிட்டது வினோதம்.

கும்பலாக நின்றிருந்த பெண்களில் ஒருத்தி திடீரென்று சரிந்து விழுந்தாள். ஐயோ ஐயோ என்று மற்ற பெண்கள் பதற, நான் விருக்கென்று நகர்ந்து முன்னால் சென்றேன். மயங்கியிருந்த சண்பகத்தை இரண்டு பெண்கள் தாங்கிப் பிடித்துக் கொள்ள நான் நாடியைப் பரிசோதித்தேன். உடம்பு அனலாய்க் கொதித்தது.

‘உள்ளே தூக்கிக்கிட்டுப் போங்க. இவளை யார் இங்கே வரவிட்டது?’ என்று பொதுவாக ஒரு அதட்டல் போட்டேன். ‘அவ வந்து நின்னதையே நா கவனிக்கலேக்கா’ என்றபடி மீனாட்சி இன்னும் இரண்டு பேர் கை கொடுகக, சண்பகத்தை தூக்கிக் கொண்டு க்ளினிக்குக்கு விரைந்தாள்.

பெண்களிடையே பெரிய பரபரப்பு தென்பட்டது. குசுகுசு வென்று அவர்கள் பேசத் துவங்கியது காதில் விழுந்தது.

‘பூஜை முடிஞ்சுட்டதில்லே? அவங்கவங்க வேலையைப் பார்த்துக்கிட்டுக் கிளம்புங்க’ என்று மீண்டும் சத்தம் போட்டேன்.

பாவாயியின் முகம் தொங்கிப் போயிருந்தது. நான் அதை சட்டை செய்யாமல் க்ளினிக்குக்குள் சென்றேன். சண்பகத்தின் நிலையைக் கண்டு எனக்கு கவலை ஏற்பட்டது. 105 டிகிரி ஜுரம் இருந்தது. செப்டிக் அபார்ஷனுடன் இவள் வந்த நிலையில் நான் அளித்த சிகிச்சை திருப்திகரமாக வேலை செய்யவில்லை. நான்

நினைத்ததைவிட இவள் நிலை மோசமாக இருந்திருக்க வேண்டும். "நா சொன்னபடிக்குதானே மருந்து கொடுத்தே மீனாட்சி?"

"ஆமாங்கக்கா" என்ற மீனாட்சி சண்பகத்தின் கைகளை சூடுபரக்கத் தேய்த்தாள்.

'ஜுர வேகத்திலேயே வெளியிலே பனியிலே வந்து நின்னிருக்காளே யாரும் கவனிக்காம போனமே' என்ற அவளுடைய புலம்பலைக் காதில் வாங்கிக்கொள்ளாமல் நான் முதல் சிகிகச்சையில் இறங்கினேன். காய்ச்சலைக் குறைக்க வேண்டும். உடனடியாக சற்று நேரத்தில் சண்பகம் மயக்கம் தெளிந்து கண்ணைத் திறந்தாள். அலங்க மலங்க விழித்தாள். மீனாட்சியின் பிடியைத் திமிறிக் கொண்டு எழுந்திருக்கப் பார்த்தாள். நான் அவளை அணைத்துப் படுக்க வைத்தேன்.

"ஒண்ணுமில்லே சண்பகம், பயப்படாதே. சரியாயிடுவே. பேசாம படு. ரெஸ்ட் எடுத்தா சரியாயிடுவே."

குத்திட்ட பார்வையுடன் அவள் என்னைப் பார்த்தாள்.

"நா போணும். என்னைக் கூப்பிடறாங்க."

"யாரும் கூப்பிடலே. படு" என்றாள் மீனாட்சி. சண்பகம் என்னை இறைஞ்சுவது போல் பார்த்தாள். "கூப்பிடறாங்க. பெரியம்மா கூப்பிடறாங்க."

மீனாட்சி என்னைப் பார்த்தாள். "பெரியம்மா செத்துப் போய் ரொம்ப நாள் ஆகுது சண்பகம்" என்றாள் மெள்ள. "அவங்கதான், நிக்கறாங்க அங்கே." ஜுரவேகத்தில் சண்பகம் உளறினாலும் இன்று அம்மாவைப் பற்றி இவள் பேசுவது அபத்தமாக என்னைக் கலவரப்படுத்திற்று. "இதப்பார், யார் வந்தாலும் சரி, நீ எழுந்து போகக் கூடாது. உனக்கு காய்ச்சல் அடிக்குது" என்றேன் கண்டிப்புடன்.

சண்பகம் சற்று நேரம் மேல்மூச்சு வாங்க படுத்திருந்தாள். மெள்ள ஜுரவேகம் குறையும் நிலையில் சுயநினைவு வந்தவள்

போல் என்னைப் பார்த்தாள். கண்ணீர் வரும்போல் இருந்தது. நான் சமாதானமாக அவள் தோளைத் தட்டினேன்.

"நல்லா ஆயிடுவே. கவலைப்படாதே." அவள் உத்வேகத் துடன் என் கரங்களைப் பிடித்துக் கொண்டாள்.

"வேண்டாங்க்கா. நா நல்லா ஆக வேண்டாம். நா செத்துட றேன்க்கா."

"சீச்சீ ... உளறாதே. முணுக்குன்னா செத்துடறதா?" என்றேன் அகிலாவின் நினைவில்.

அவள் தலையை இருபுறமும் ஆட்டி ஆட்டி கண்களில் நீர் வழிய புலம்பினாள்.

"செத்துடறதுதான் நல்லது."

"மறுபடி இப்படிப் பேசினா எனக்குக் கோபம் வரும்" என்றேன். "இனிமே தப்பு நடக்காம பாத்துக்க. அது உன் கையிலேதான் இருக்கு." என் கைகளைப் பிடித்திருந்த பிடி இன்னும் இறுகிற்று. அவளது பார்வையில் இருந்த பரிதவிப்பைக் கண்டு மனசு லேசாக அதிர்ந்தது. "முடியலேக்கா முடியலே உங்ககிட்ட சொல்லணும்க்கா. கண்ணை மூடறதுக்குள்ளே." "மீனாட்சி நீ கொஞ்சம் வெளியிலே போ" என்றேன். மீனாட்சி அகன்றதும், "நீ சரியாயிடுவே சண்பகம். உனக்கு என்ன குறை சொல்லு?" என்றேன்.

"தப்பு பண்ணாம இருக்க முடியலேக்கா. அந்த ஆளு என்னை ஏய்க்கறான். காண்ட்ராக்ட் வாங்கித் தரேன்னு ஆசை காட்டறான்."

"யார் அது?"

"போலீஸ்காரரு, பெருமாள்."

"நீயேன் போறே? அவனை ஏன் நம்பறே?"

அவள் என் பிடியைத் தளர்த்தினாள். மடேர் மடேர் என்று தலையில் அடித்துக் கொண்டாள். நான் மிகப் பிரயாசையுடன்

அவளது கைகளை விலக்கினேன். அவள் குலுங்கக் குலுங்க அழுதாள்.

“மானங்கெட்ட உடம்புக்கா இது. அதுக்கு வேண்டி யிருக்குக்கா. என்ன செய்வேன்?”

நான் அதிர்ச்சியுடன் அமர்ந்திருந்தேன். ‘சிவனேன்னு ஒரு கல்யாணத்தை செஞ்சுக்கிறதுதானே’ என்று நான் சென்ற முறை கேட்டதற்கு இவள் அழுதது நினைவுக்கு வந்தது. மனசை அடக்கு என்று இவளுக்கு இப்போது உபதேசம் செய்வது அபத்தமாகப் பட்டது. குற்ற உணர்விலேயே இவள் செத்துவிடுவாள் என்று தோன்றிற்று. அனலாய்க் கொதித்த அவள் நெற்றியை நான் லேசாக வருடினேன். “இதைப் பத்தியெல்லாம் காலையிலே பேசிக்கலாம். இப்ப உனக்கு ஓய்வு தேவை. கொஞ்சம் தெம்பு வந்ததும இந்தப் பிரச்சினையை எப்படி தீர்க்கறதுன்னு பார்ப்போம்” என்றேன். பேசியபடியே தூக்கத்திற்கு ஒரு காம்போஸ் இன்ஜெக்ஷன் கொடுத்தேன். மெள்ள அவளுடைய படபடப்பு ஓய்ந்தது. அவள் கண்களை மூடி உறங்கத் துவங்கியதும் நான் வெளியில் வந்தேன்.

பெண்கள் இன்னும் அடிக்குரலில் பேசிக்கொண்டு நின்றிருந்தார்கள். எனக்கு மகாகோபம் வந்தது.

“வம்பு பேசிக்கிட்டு நிக்கிறதைத் தவிர வேற வேலை கிடையாதா உங்களுக்கு? கிளம்புங்க? என்றேன். என்னைக் கண்டவுடனேயே எல்லாரும் அவசரமாகக் கலைந்தார்கள்.

“பொங்கல் கொஞ்சம் சாப்பிடறீங்களாம்மா?” என்று பாவாயி ஒரு வாழையிலைத் துண்டை என்னிடம் நீட்டினாள்.

அதிலிருந்து கொஞ்சம் எடுத்து வாயில் போட்டுக் கொண்டேன். அவள் நீட்டிய குங்குமத்தையும் பூவையும் ஏற்றுக் கொண்டு “நீயும் கிளம்பு பாவாயி” என்றேன். “ஒரு பொம்பளை இக்கட்டிலே மாட்டிக்கிட்டா நீங்கள்ளாம் அனுதாபப்பட மாட்டீங்க, வம்புதான் பேசுவீங்க” என்றேன் எரிச்சலுடன்.

"வம்பு இல்லேம்மா" என்றாள் பாவாயி தீர்க்கமாக. "வவுத்தெரிஞ்சு தான் பேசறோம். ஆம்பளைக்கணக்கா வேலை பார்க்கறான்னு பெருமைப்பட்டமே. நல்ல பேரைக் கெடுத்துக் கிட்டியேடி பாவின்னு."

நான் எதும் பேசவில்லை. இரவு ட்யூட்டி நர்ஸ் கலாவிடம் சற்று கவனமாக இருககச் சொல்லிவிட்டுக் கிளம்பினேன். பாவாயியின் வார்த்தைகளின் மொத்த பரிமாணமும் என்னைப் புதிய உத்வேகத்துடன் தாக்கின. பெருமாளின் தன்னம்பிக்கை மிகுந்த பார்வையும் சட்டம் பேசும் லாகவமும் நினைவுக்கு வந்தது.

வீட்டை அடைந்தபோது எனக்கு அதிர்ச்சி காத்திருந்தது. சிவா நடுக்கூடத்தில் அமர்ந்திருந்தான், டி.வி.யைப் பார்த்தபடி என்னையறியாமல் கடிகாரத்தைப் பார்த்தேன். மணி ஒன்பதரை. இந்த நேரத்தில் எங்கே வந்தான்? என்னைக் கண்டதும் "ஹாய்" என்று வசீகரமாய் சிரித்தான். "என்ன இத்தனை லேட்?" என்றான். ஏதோ முன்னறிவிப்புடன் வந்த மாதிரி. ராசம்மா லேசான குழப்பமும் கூச்சமுமாய் சமையலறை வாசலில் நின்றபடி புன்னகைத்தாள்.

"பூஜை முடிய இத்தனை நேரமாச்சாக்கா?" என்றாள்.

"திடீர்னு ஒரு சிக்கலான கேஸ் வந்துச்சு" என்றேன் சிவாவைப் பார்த்து. "நீ எப்ப வந்தே?"

"வந்து ஒரு மணி நேரமாச்சு."

"டிபன் காபி ஏதாச்சும் கொடுத்தியா ராசம்மா?" என்றேன்.

"நீங்க வந்தப்புறம் ஆகட்டும்னு சொல்லிட்டாங்கக்கா" என்று ராசம்மா மேசையில் தட்டுகளை வைக்க ஆரம்பித்தாள். "வாங்க, எல்லாம் தயாராயிருக்கு" என்றாள்.

"அப்பா சாப்பிட்டாங்களா? மருந்து கொடுத்தியா?"

"ஆச்சுக்கா, தூங்கறாங்க."

“இதோ வரேன் சிவா” என்று நான் வேகமாக மாடிப்படி ஏறி அப்பாவின் அறைக்குச் சென்றேன். இன்று காலை அப்பா கவலைப்பட்டது நினைவுக்கு வந்தது. ‘வந்து வந்து நிப்பான். நல்லா இருக்காது.’ எனக்குச் சிரிப்பு வந்தது. இந்த நேரத்துக்கு வந்து நிற்கும் இவன் எப்போது கிளம்புவான்? அப்பா தூங்கிக் கொண்டிருந்தார். மருந்துகள் சாப்பிட்டதன் அடையாளம் இருந்தது. நான் சத்தமில்லாமல் வெளியே வந்தேன்.

சாப்பாட்டு மேஜையருகே சென்று எல்லாம் மேஜையில் இருப்பதைப் பார்த்து “நா பாத்துக்கறேன். நீ டீ.வி.பாரு போ” என்றேன் ராசம்மாவிடம். குறிப்பறிந்து அவள் நகர்ந்தாள். சிவாதான் வருங்கால மாப்பிள்ளை என்று மாணிக்கம் இவளிடம் நிச்சயம் சொல்லியிருப்பான்.

“நல்ல பசி” என்றபடியே வந்தான் சிவா. கொஞ்சங்கூட கூச்சமோ தயக்கமோ இல்லாமல் தானே பரிமாறிக் கொண்டு சாப்பிட ஆரம்பித்தான். இன்று எனக்கு ஏற்பட்டிருந்த அனுபவத்தில் பசி எங்கோ காணாமல் போயிருந்தது.

“நீ வரப்போறேன்னு சொல்லவேயில்லையே?” என்றேன் மறுபடி.

அவன் சடக்கென்று நிமிர்ந்து பார்த்தான். “ஏன், சொல்லாம வரக்கூடாதுங்கறியா?” அவன் குரலிலிருந்த கோபம் எனக்குப் புதிதாக இருந்தது.

“சேச்சே. அந்த அர்த்தத்திலே நா சொல்லலே. நீ வருவேன்னு தெரிஞ்சா நா அதுக்குத் தகுந்த மாதிரி என்னுடைய வேலைகளை அட்ஜஸ்ட் பண்ணிக்குவேன். அவசர கேஸ் வந்தா அது வேற விஷயம்.”

அவன் கைகளை அகல விரித்து “ஒரு அட்ஜஸ்ட்மெண்டும் தேவையில்லே” என்றான் கவர்ச்சியாக. “அட்ஜஸ்ட் பண்ணிக்கப் போற ஆளு நான்தான்.”

இந்த அஸ்திரத்தை வைத்தே இவன் என்னை பலவீனப் படுத்துவான் என்ற நினைப்பை நான் அவசரமாக ஒதுக்கினேன்.

"அப்ப பிரச்சினையில்லே" என்று நான் சிரித்தேன். "குற்ற உணர்விலே நா மாஞ்சு போக வேண்டியதில்லே."

"கரெக்ட்!" என்று அவன் சாப்பாட்டை தீவிரமாகத் தொடர்ந்தான்.

"சேலத்திலே க்ளினிக் வைக்க இடம் பார்த்தாச்சா?"

"பார்த்துக்கிட்டிருக்கேன்." அவன் பலமாகத் தலை யாட்டினான். "கிடைச்சிடும்."

"எந்த இடத்திலே?"

"நாலஞ்சு இடம் இருக்கு. எது செட்டில் ஆகும்னு பார்க்கணும்."

"அப்பாவுடைய மில்லுக்குப் போயிருந்தியாமே?" என்றேன் எதேச்சையாகக் கேட்பது போல.

அவன் நிமிர்ந்து பார்த்து இயல்பாகச் சிரித்தான்.

"ஓ, ஆமாம். அந்தப் பக்கமா போய்க்கிட்டிருந்தேன். திடீர்னு உள்ளே போய் பார்க்கலாமேன்னு தோணிச்சு. ஸ்பின்னிங் மில்ல இதுவரை நா பார்த்ததேயில்ல தெரியுமோ?"

நான் பதில் ஒன்றும் சொல்லாமல் புன்னகையுடன் சாப்பாட்டைத் தொடர்ந்தேன்.

"உங்கப்பாவுடைய செக்ரெட்டரிகள் இருக்காங்களே, அந்த மில்லுக்கு செக்யூரிட்டி கார்டே வேண்டாம், அவங்களே போதும். துளைச்சு எடுத்துட்டாங்க. நா யாரு என்னன்னு."

"ரொம்ப வருஷமா இருக்காங்க" என்று நான் சிரித்தேன்.

"தெரியுது."

அவன் என்ன அர்த்தத்தில் சொன்னான் என்று புரியவில்லை. சாப்பிட்டு எழுந்து மறுபடி கூடத்துக்கு வந்ததும் "நீ போய் சாப்பிடு" என்று ராசம்மாவை அனுப்பினேன்.

"மேல போய் பேசலாமே?" என்று சிவா கிசுகிசுத்தான். "இந்த சமையக்கார பொண்ணுக்கெதிர சரசமாட முடியுமா?"

நான் கூச்சத்துடன் சிரித்தேன். "சரசமாட இப்பதான் நேரம் பாத்தியா?"

"இதைவிட நல்ல நேரம் எங்கே கிடைக்கும்? நிலா காயுது. ஊர் தூங்கிப் போச்சு."

"ராத்திரி எங்கே தங்கறதா உத்தேசம்?" என்றேன் ஜாக்கிரதையாக.

"இங்கேதான், வேற எங்கே?" என்றான் அவன். நான் ஏதோ மிக அபத்தமான கேள்வியைக் கேட்டமாதிரி.

"இத்தனை நேரத்துக்கு மேல என்னால சேலத்துக்குத் திரும்ப முடியுமா?"

"நீ தங்கறதைப் பத்தி எனக்கு ஒண்ணும் இல்லே. கீழே ஒரு கெஸ்ட் ரூம் இருக்கு" என்றேன் தயக்கத்துடன்.

"ஒ.கே.தாங்க்யூ" என்றான் அவன் டி.வி.யிலிருந்து பார்வையை அகற்றாமல். "அப்ப மாடிக்குப் போய் பேசவேண்டிய அவசியமில்லேங்கற!"

"இல்லே" என்றேன் அழுத்தமாக.

"எனக்கு ரொம்ப தூக்கம் வருது. இன்னிக்கு ஒரு சீரியஸ் கேஸ் இருக்கு. நடு ராத்திரியிலே கால் வந்தாலும் வரும். இப்ப கொஞ்சம் தூங்கினாதான் நாளைக்கு வேலை பார்க்க முடியும்.

"ஒ.கே." என்று அவன் தோளைக் குலுக்கினான். "ஐ கேன் அட்ஜஸ்ட்."

நான் சிரித்தபடி கெஸ்ட் ரூமுக்குள் படுக்கை விரிப்பு சரியாக இருக்கிறதா, பாத்ரூமில் டவலும் சோப்பும் இருக்கிறதா என்று பார்த்துவிட்டு வந்தேன். ராசம்மா எதிரில் இவன் எதுவும் எசகுபிசகாக நடந்து கொண்டு விடக் கூடாதே என்று எனக்குக் கவலையாக இருந்தது. நிஜமாகவே களைப்பும் தூக்கமுமாக இருந்தது.

“நாளைக்குப் பேசலாம் சிவா. குடிக்க தண்ணி எடுத்து வெக்கச் சொல்றேன். குட் நைட்” என்றேன். ராசம்மாவிடம் போய் விவரம் சொன்னதும் அவள் ஒன்றும் சொல்லாமல் சரிங்கக்கா என்றாள். நான் மாடிக்குச் சென்று அப்பாவின் கார்ட்லெஸ் டெலிபோனை எடுத்து என் படுக்கைக்கருகில் வைத்து உடை மாற்றிக் கொண்டு படுத்தேன். நான் இப்படி வெட்டிக்கொண்டு வந்ததில் சிவாவுக்குக் கோபம் வரலாம் என்று இரண்டு நிமிஷம் நமைச்சல் எடுத்தது. மிதமிஞ்சிய களைப்பில் தூக்கம் என்னை விரைவில் ஆட்கொண்டது.

ஆழ்ந்த நித்திரையை நடுநிசி டெலிபோன் ஒலி உலுக்கிற்று.

மேஜை விளக்கைத் தட்டி ‘ஹலோ’ என்றேன். க்ளினிக்கி லிருந்து கலாவின் குரல் பதற்றமாக ஒலித்தது.

“உடனே வாங்கக்கா. அந்த சண்பகத்துக்கு 7ஒரே. ரத்தப் போக்கா இருக்குது. உடம்பு தூக்கிப் போடுது” என்றாள். “இதோ வரேன்” என்று விட்டு நான் டார்ச்சை எடுத்துக்கொண்டு கிளம்பினேன். மணி இரண்டு. க்ளினிக்கை அடைந்த போது சண்பகம் பயங்கர நிலையில் இருந்தாள். படுக்கையும் புடவையும் ரத்தத்தில் நனைந்திருந்தன. நாடித்துடிப்பு சுத்தமாக விழுந்திருந்தது. மார்பு மேலும் கீழுமாக எகிற, கண்கள் மேலே செருகியிருக்க, சண்பகம் அடையாளம் தெரியாமல் மாறிப் போயிருந்தாள். அடிவயிற்றில் எனக்கு பயம் கவ்விற்று. இதுவரை என்னுடைய கேஸ் எதுவும் என்னை ஏமாற்றியதில்லை. உடனடி சிகிச்சை எதுவும்

பலன் தரவில்லை. "வேண்டாம் சண்பகம், நீ சாகக்கூடாது, கூடாது" என்று நான் ஜபித்துக் கொண்டிருக்கையில் அவளுடைய மூச்சு அடங்கிப்போயிற்று. படுக்கை முழுவதும் நனைந்திருந்த அந்த ரத்தப் பெருக்கைக் கண்டு எனக்கு வயிற்றைத் திருகிற்று. 'ரத்தப் போக்காலே ஏற்பட்ட இயல்பான சாவுன்னு எழுதிடுங்க' என்ற பெருமாளின் வார்த்தைகள் ஞாபகத்துக்கு வந்தன. நான் பித்துப் பிடித்தது போல அதே வார்த்தைகளை கலாவிடம் சொன்னேன். ரெஜிஸ்டரில் கலா எழுதுவாள். நான் மிதமிஞ்சிய சோர்வுடன் வீட்டை அடைந்தேன். 'வவுத்தெரிஞ்சுதான் சொல்றோம்' என்று பாவாயி சொன்னது சரிதான் என்று தோன்றிற்று. கண்களில் நீர் முட்டிக்கொண்டு வந்தது.

நான் மாடிக்கு சத்தமில்லாமல் இருட்டிலேயே சென்று படுக்கையில் சாய்தேன். "இந்த நேரத்திலே எங்கே போனே?" என்று சிவாவின் குரல் கிசுகிசுத்தது. எனக்கு தூக்கிவாரிப் போட்டது. மேஜை விளக்கின் ஸ்விட்ச்சை அழுத்தினேன்.

15

கைகளைத் தலைக்கு அடியில் கோத்தப்படி சிவா எனது கட்டிலில் படுத்திருந்தான். வெற்று மார்புடன் இடுப்பைச் சுற்றியிருந்த லுங்கியுடன் அவனைப் பார்க்க எனக்குக் கூசிற்று. இங்கு தங்கும் எண்ணத்துடன், முன்னேற்பாடான திட்டத்துடன் இவன் வந்திருக்க வேண்டும் என்கிற உணர்வு நான் இதுவரை உணர்ந்தறியாத கோபத்தைக் கிளப்பிற்று. என் கை விரல்கள் நடுங்குவதைக் கண்டு அதை மறைக்க நான் மேஜையை அழுத்திப் பிடித்து அதன் மேல் சாய்ந்து கொண்டேன்.

"நாதான், விளக்கை அணை" என்றான் அவன் உரிமையோடு. "ஒரு டாக்டரா இருந்துக்கிட்டு இந்த பயம் பயப்படறியே" என்றான் மெல்லிய குரலில்.

நான் நகராமல் என் கோபத்தை அடக்கிக் கொண்டு. "சிவா, தயவுசெய்து வெளியிலே போ" என்றேன்.

"சீக்சீ, பட்டிக்காடாட்டம் வேஷம் போடாதே. விளக்கை அணை. அந்த சமையல்காரப் பொண்ணு எழுந்துக்கறதுக்குள்ளே நான் ரூமுக்குப் போயிடுவேன் கவலைப்படாதே."

"அதைப்பத்தி நா கவலைப்படலலே."

"பின்னே?" என்றான் அவன் லேசான பரிகாசத்துடன். "இரண்டு மாசத்திலே புருஷன்-மனைவி ஆகப்போறோம். படிச்சவ நீ. பட்டிக்காட்டுப் பொண்ணு அரண்டு போற மாதிரி இல்லே அரண்டு நிக்கறே!"

இவனுடன் வாக்குவாதம் செய்யக் கூட முடியாத அளவுக்கு எனக்கு உடம்பும் மனசும் சோர்ந்திருந்தது. சண்பகத்தின் உதிரம் இன்னும் கைகளில் உலராதது போல் இருந்தது.

"சிவா ப்ளீஸ், எந்த வாதமும் வேண்டாம். உன் ரூமுக்குப் போ. நா ரொம்ப களைப்பா இருக்கேன்."

அவன் விருக்கென்று எழுந்து என் அருகில் வந்தான். மேஜையின் மேல் சாய்ந்து நின்றிருந்த நான் நகர முடியாதபடி இருபுறமும் தனது கரங்களை மேஜைமேல் அழுத்தினான்.

"அந்தக் களைப்பை நா போக்கிடுவேன் கண்ணு" என்று காதருகில் கிசுகிசுத்து லாகவமாக மேஜை விளக்கை அணைத்தான். திமிறிக் கொண்டு வெளியே வர முடியாதபடி அவனது இரும்புப் பிடிக்குள் சிக்கியிருப்பதை நான் உணர்ந்தேன்.

"வேண்டாம், வேண்டாம் சிவா ப்ளீஸ்" என்று நான் முகத்தைத் திருப்புகையில் அவனது கரம் எனது முகவாயைப் பிடிவாதத்துடன் திருப்பிற்று. தாபத்தில் தகித்த அவனது அதரங்கள் எனது அதரங்களில் பதிந்தன. அதன் ஜ்வாலையில் நான் துவண்டு போவது போல் இருந்தது. அவனது ஸ்பரிசமும் நொடிக்கொரு

'கண்ணு' என்ற கொஞ்சலும் என்னைக் கிறுகிறுக்கச் செய்தன. அடிவயிற்றில் ஒரு சிலிர்ப்பை ஏற்படுத்திற்று.

"சிவா, என்னை நீ புரிஞ்சுக்கணும். எனக்கு இன்னிக்கு மனசு சரியில்லே போயிடு." சரீரத்தின் பலவீனம் குரலில் வெளிப்பட்டு என்னை அச்சுறுத்திற்று.

"அது எனக்குப் புரியுது அதனாலதான் உனக்கு இன்னிக்கு நா தேவை. நீ பாட்டுக்கு தூங்கு. பேசாதே. வா.'

ஒரு குழந்தையை நடத்திச் செல்வது போல என்னைக் கட்டிலுக்கு நடத்திப் படுக்கவைத்தான். நான் சோர்வுடன் கண்களை மூடிக் கொண்டேன். அவன் போய்விடுவான் என்கிற அசட்டு நம்பிக்கையில்.

"நீ தூங்கு கண்ணு. என்னைப் பத்திக் கவலைப்படாதே. நீ தூங்கினவுடனே போயிடுவேன்" என்றபடி அவன் என்னை மென்மையாக வருடினான். தூக்கம் வரவில்லை. அவனது உஷ்ணமான விரல்கள் மேனியில் படரப் படர தூங்கிக் கொண்டிருந்த உணர்வுகள் எல்லாம் உசுப்பப்பட்டதுபோல பைசாசமாக எழுந்தன. கண்ணு கண்ணு என்று கிசுகிசுத்த வார்த்தைகளை மகுடமாய் சூடிக் கொண்டு சிலிர்த்து நின்றன. என்னை மீறிக்கொண்டு கிளம்பிய பூதகணங்களை என்னால் பார்க்க முடிந்தது.

'மானங்கெட்ட உடம்புக்கா இது. அதுக்கு வேண்டியிருக்குக்கா.'

சுரீரென்று வலித்தது. 'சண்பகம் அழாதே' என்று சொல்ல வேண்டும் போல் இருந்தது. மானத்துக்கும் ரோஷத்துக்கும் இதுக்கும் சம்பந்தமில்லை என்று சொல்ல வேண்டும் போல் இருந்தது. ஆப்பிரிக்க நாடுகள் சிலவற்றில் பெண்களின் காம இச்சையை அடக்க அவர்களது மர்ம உறுப்புகளை வெட்டி விடுகிறார்கள் இப்பவும். "எத்தனை கொடுமை."

“ரொம்பக் கொடுமை” என்றான் சிவா. “எத்தனை வருஷங்களா என் பொறுமையை சோதிச்சுக்கிட்டு வந்திருக்கே. உனக்காக நீ போட்ட நிபந்தனைக்கெல்லாம் ஒத்துக்கிட்டு வந்திருக்கேன். அதை நீ மறக்கக்கூடாது.”

நான் சரேலென்று சூடு பட்டது போல விழித்துக் கொண்டேன். அவன் கையை உதறி கட்டிலிலிருந்து கீழே குதித்தேன். கதவருகில் இருந்த ஸ்விட்சைத் தட்டி அறை விளக்கேற்றினேன். நிலை குலைந்தவனாய் அவன் என்னைப் பார்த்து,

“ஏய், என்ன ஆச்சு உனக்கு திடீர்னு?” என்றான் மெல்லிய குரலில். கலைந்திருநத எனது கேசத்தையும் உடையையும் சரி செய்தபடி, நான் கண்டிப்புடன் மெல்லிய குரலில் சொன்னேன்.

“போயிடு சிவா. நா உன்னை இங்கே அனுமதிக்க முடியாது” என்றேன். “என் இஷ்டத்துக்கு விரோதமா நீ எதையும் செய்ய முடியாது, ஸாரி. நீ ரூமை விட்டுப் போகலேன்னா நா வேற எங்கேயாவது படுத்துக்குவேன்.”

அவன் மீண்டும் நகைத்தான். “சரியான பத்தாம்பசலி நீ” என்று தலையில் அடித்துக் கொண்டான். “சரியான பயந்தாங்குளி.”

“நீ என்ன வேணுமானா நினைச்சுக்க” என்றேன், மிதமிஞ்சிய சோர்வுடன். பிறகு கதவுக்கு வெளியே சென்று ரேழியில் நின்றேன். அப்பாவின் அறைக்கதவு திறந்தே இருந்தது. அவருக்குப் பேச்சுக்குரல் காதில் விழுந்திருக்குமோ எ ன்று சந்தேகமாக இருந்தது. நான் காத்திருந்தேன். சிவா வெளியே வந்தான். ரேழி ஓரத்தில் நின்றிருந்த என்னைக் கவனிக்காமல் மாடிப்படியில் இறங்கிப் போனான். அவன் கெஸ்ட் ரூமுக்குள் நுழைவதைப் பார்த்துவிட்டு நான் திரும்பிய போது ராசம்மா சமையலறை வாசலில் நிற்பது தெரிந்தது.

‘கடவுளே’ என்று அடிக்குரலில் அரற்றியபடி நான் என் அறைக்குள் நுழைந்து தாழ்ப்பாள் போட்டுக் கொண்டேன்.

'முட்டாள் முட்டாள்' என்று சபித்துக் கொண்டேன். சபித்தது சிவாவையா, என்னையா என்று எனக்கே புரியவில்லை. "ஒண்ணு கெடக்க ஒண்ணு செஞ்சு' என்று அம்மா என்னைச் சொல்வது போல் இருந்தது. எனக்கு அர்த்தம் புரியாமல் ஆத்திரம் வந்தது. "எனக்குத் தெரியும்" என்று சொல்லிக் கொண்டேன். "எனக்கு யாருடைய உபதேசமும் தேவையில்லே." இன்னமும் மார்பு படபடத்தது. கை விரல்கள் லேசாக நடுங்கின. நான் மருந்து அலமாரியைத் திறந்து தூக்கத்திற்கு ஒரு காம்போஸ் மாத்திரையை விழுங்கி விட்டு விளக்கை அணைத்துப் படுத்துக் கொண்டேன். காரணம் விளங்காமல் கண்களில் நீர் வந்தது. சண்பகம் செத்தபோது வராத அழுகை இப்போது வந்தது. சரியான ஏமாளி நீ சண்பகம். உன்னையே நீ ஏமாத்திக்கிட்டே பாவாயி சொன்னது சரிதான், வவுத்தெறியுது எனக்கு தூங்கு கண்ணு தூங்கு கண்ணு என்று சிவா காதருகில் கிசுகிசுப்பது போலிருந்தது. அதற்கிடையில் சிதறல் சிதறலாகப் பெண்கள் பவனி வந்தார்கள். குலவையொலி எழுப்பினார்கள். மங்கம்மாவின் பெயரை உச்சரித்த மாத்திரத்தில் கண்ணீர் சொரிந்தார்கள். 'நாம் பட்ட கஷ்டத்தைச் சொன்னா உங்க தங்க முகம் சோர்ந்திரும்' என்று கிழவி வைக்கும் ஒப்பாரிக்கு ஆப்பிரிக்க பெண்கள் அழுகிறார்கள். தங்களுக்கு ஏற்பட்ட இழப்பெல்லாம் நினைவுக்கு வந்து தங்களுக்காக அழுகிறார்கள்.

காலையில் கண் விழித்தபோது ஜன்னல் வழியே சாம்பல் பூத்த விடியல் தெரிந்தது. விவரம் புரியாமல் மந்திரத்தை உச்சரித்த குந்தியின் முன் நின்ற சூரியனின் நினைவு வந்தது. 'வந்து வந்து நிப்பான். நல்லாயிருக்காது' என்ற வார்த்தைகளை குந்தியும் கேட்டிருப்பாள். ஸ்கேன் திரையில் கண்டதுமே கலைச்சுடுங்க டாக்டர் என்று சொல்லும் வசதி குந்திக்கு இருந்திருந்தால் அவளுடைய கதைக்கும் இந்த ஊர் பெண்ணின் கதைக்கும் வித்தியாசமிருக்காது.

நான் விருக்கென்று எழுந்தேன். இன்று செய்ய வேண்டிய வேலை நிறைய இருந்தது. சண்பகத்தின் சடலத்தை அனுப்ப

வேண்டும். உற்றாருக்குச் சொல்வதோடு பெருமாளுக்கும் சொல்லி அனுப்ப வேண்டும் என்று நினைத்துக் கொண்டேன். 'ரத்தப் போக்கிலே செத்துட்டா' என்று சொல்லும்போது அவன் முகம் போகிற போக்கைப் பார்க்க வேண்டும்.

சிவா எழுந்திருப்பதற்குள் நான் க்ளினிக்குக்குச் சென்றுவிட வேண்டும் என்று தோன்றிற்று. நேற்றைய நிகழ்வினால் சிவா நெருக்கமானானா, விலகிப் போனானா எனக்குக் குழப்பமாக இருந்தது. 'பத்தாம்பசலி' என்று அவன் தலையில் அடித்துக் கொண்டது நினைவுக்கு வந்தது. முகத்தில் நீரை இறைத்துக் கொண்டு குளியலறை கண்ணாடியில் நிமிர்ந்து பார்த்தபோது இப்பவும் அந்த நினைப்பில் முகம் சிவந்தது. 'முட்டாள்' என்றேன், அங்கே சிவா இருப்பதான பாவனையில். இரண்டு தப்பு உன்னுது. என் நிபந்தனையை ஞாபகப்படுத்தினது. நீ கூப்பிட்ட உடனே நா படுக்கைக்கு வரணும்னு நினைச்சது. சோர்ந்து மனசு பேதலிச்சு இருந்த என்னுடைய நிலையை உபயோகிக்க பாத்தியே, என்ன மனுஷன் நீ? எனது நிபந்தனைகளை ஏற்றுக் கொண்டு இங்கு வர சம்மதித்ததாகச் சொல்பவன் என்னுடைய மெல்லிய உணர்வுகளுக்கு மரியாதை கொடுக்காதது ஏன் என்று எழுந்த கேள்வியை நான் வலுக்கட்டாயமாக அமுக்கினேன். நான் விபரீத அர்த்தங்கள் கற்பித்துக் கொள்ளக்கூடாது. சண்பகம் இறந்தது அவனுக்குத் தெரியாது. மனைவியாகப் போகிறவள் என்கிற உரிமையுடன், காதல் வயப்பட்ட நிலையில் வந்திருக்கிறான். 'வெட்கங்கெட்ட உடம்புக்கா இது' என்று சண்பகம் சொன்ன வார்த்தைகள் சிவாவுக்கும் பொருந்தும, எனக்குப் பொருந்துவது போல. நான் வேகமாகக் குளித்துத் தயாரானேன். ராசம்மா நேற்று சமையலறை வாசலில் நின்று கவனித்தவள் என்ன நினைத்துக் கொண்டாளோ, முதலில் அவளுடைய சம்சயங்களைப் போக்க வேண்டும். என்னைப் பற்றின அவளுடைய மதிப்பீடு குறைந்தால் உறவு நிலையே மாறிப்போகும். 'சரி' 'தப்பு' என்ற தீர்க்கமான வரையறைகள் அவளுக்கு அத்துப்படி. தவிர நிறைய தமிழ் சினிமா பார்ப்பவளுக்கு

பெண்ணின் கற்பு என்பதைப் பற்றின கோட்பாடுகளில் அசைக்க முடியாத நம்பிக்கைகள் ஏற்பட்டிருந்தன. கல்யாணம் பண்ணிக்கப் போறவங்கதானே என்கிற சமாதானம் எழக்கூட எழாது. 'கழுத்திலே தாலி ஏறர வரைக்கும் கல்யாணம்ங்கறது நிச்சயமில்லே' என்று அவள் சொல்வதை என்னால் கற்பனை செய்ய முடிந்தது. 'எத்தனை சினிமாக்கள்லே தாலி கட்டற சமயத்திலே நிறுத்துங்கன்னு குரல் வந்து நின்னு போயிருக்கு' என்பாள்.

சிவா நேற்று இரவு இங்கு தங்கியது தெரிந்தால் அப்பா என்ன நினைத்துக் கொள்வாரோ என்ற நமைச்சலுடன் அப்பாவின் அறையை எட்டிப் பார்த்தேன். அப்பா தூங்கிக்கொண்டிருந்தார். சற்று நின்று பார்த்துவிட்டு கீழே இறங்கிச் சென்றேன்.சமையலறையில் பால் காய்ச்சிக் கொண்டிருந்த ராசம்மாவிடம் "காபி கொடு, நா க்ளினிக்குக்குப் போகணும்" என்றேன்.

"இதோ தரேன். ஏதாவது அவசர கேசா, ராத்திரி ரெண்டரை மணிக்குப்போய் வந்தீங்க போலிருக்கே?" என்றாள் ராசம்மா காபியை ஆற்றியபடி.

"ஆமான். அந்த சண்பகம் இல்லே, இறந்திடுச்சு" என்றேன் சோர்வுடன்.

"அடப்பாவி!" என்று ராசம்மா கண்களை அகல விரித்தாள். "நேத்து பூஜையிலே மயங்கி விழுந்தாள்னு சொன்னாங்க."

நான் காலி டம்ளரை நகர்த்தி "நா கிளம்பறேன்" என்றேன். "அப்பா எழுந்திருச்சார்னா போய் கவனி. அந்த விருந்தாளி ஐயா கேட்டாங்கன்னா நா அவசர வேலையா போயிருக்கேன்னு சொல்லு."

"அந்த ஐயா அஞ்சரை மணிக்கே கிளம்பிப் போயிட்டாங்க" என்றான் ராசம்மா தலையைக் குனிந்து கொண்டு.

நான் அவளைச் சற்று நேரம் யோசனையுடன் பார்த்தேன். பிறகு மெல்லிய குரலில் "ராசம்மா, நேத்து எதுவும் ஏடாகூடமா நடக்கல்லே" என்றேன்.

அவள் சடக்கென்று என்னை நிமிர்ந்து பார்த்தாள். இறுகியிருந்த முகதசைகள் தளர்வது தெரிந்தது. அவமானத்தில் நான் முகத்தைத் திருப்பிக்கொண்டேன்.

"எனக்குத் தெரியாதாக்கா உங்களைப் பத்தி?" என்றாள் மலர்ந்து.

நான் மறுபடியும் தயக்கத்துடன் சொன்னேன். "அவங்க இங்கே படுத்தாங்கன்னு அப்பாகிட்ட நீ சொல்லிடாதே."

"சொல்லமாட்டேங்க்கா" என்றாள் சினேகிதமாக. "நானும் பொம்பளைதானே?" பிறகு தனக்குள் பேசிக் கொள்வது போல "வெளியிலே தெரிஞ்சா ஏதாவது சொல்வாங்கதான்" என்றாள் ரகசியகுரலில். "என்னதான் வரப்போற மாப்பிள்ளைன்னாலும்."

உனக்கு யார் சொன்னது என்று நான் கேட்கவில்லை. ஊருக்கே தெரியும் என்பாள் மறைமுகமாக அவளிடம் நான் சொல்லவில்லை என்கிற வருத்தத்தை உணர்த்த.

"நா கிளம்பணும்" என்று பேச்சுக்கு முற்றுப்புள்ளி வைத்து நான் க்ளினிக்கிற்கு விரைந்தேன். அங்கு அதற்குள் சண்பகத்தின் சகோதரர்களும் தாயும் வந்து நின்றிருந்தார்கள். என்னைக் கண்டதும் ஆண்கள் துண்டை வாயில் புதைத்துக் கொள்ள தாயார்க்காரி 'ஓ' வென்று அழ ஆரம்பித்தாள். நான் அவள் தோளை அணைத்துக் கொண்டேன்.

"என்னாலே முடிஞ்சதெல்லாம் செஞ்சேன் முனியம்மா. காப்பாத்த முடியலலே" என்றேன் தோற்றுப் போன குரலில். "ரொம்ப மோசமான நிலையிலே இங்க வந்தா. நா என்ன செய்ய முடியும்?" அவள் எதுவுமே சொல்லாமல் குலுங்கக் குலுங்க அழுதபடியே, 'எதுவும் விளக்க வேண்டாம்' என்பதுபோல ஜாடை காண்பித்தாள். எல்லாருக்கும் அரசல் புரசலாகத் தெரிந்த விஷயம் பிள்ளைகளுக்குத் தெரிந்திருக்காதா என்று நான் நினைத்துக் கொண்டேன். மூத்தவனை அழைத்து சடலத்தை ஒப்படைக்க வேண்டிய

விஷயத்தைக் கவனிக்க உள்ளே சென்றேன். அவன் முகம் இறுகியிருந்தது. வாயே திறக்காமல் செலுத்த வேண்டிய பணத்தைக் கட்டிவிட்டு "வண்டி கொண்டாரோம்; பாடியை எடுத்துட்டுப் போக" என்றான். சண்பகம் இறந்ததும் இவனுக்கு நிம்மதியாகக்கூட இருக்கும் என்று தோன்றிற்று. அவன் அறையை விட்டுச் சென்றவுடன் வாசலில் சத்தமாகப் பேச்சு கேட்டது. நான் சன்னல் வழியாக எட்டிப் பார்த்தேன். பெருமாள் நின்று கொண்டிருந்தான். சண்பகத்தின் அண்ணன் அவனை அடிக்க கையை ஓங்கியிருந் தான். பெருமாள் அந்தக் கையைப் பிடித்து உரத்துச் சொன்னான்.

"அவ சம்பாதிச்ச காசை நம்பிக் குந்தியிருந்தீங்க. அவளை ஊர்மேய விட்டுப்பிட்டு கிடைச்ச ஆம்பிளை மேல பழியைப் போடறீங்களா? தூ. துப்புக்கெட்ட பசங்களா. ஏதாவது பேசினீங்க பல்லை உடைச்சிடுவேன்." மேற்கொண்டு ரசாபாசம் நடப்பதற்குள் சுற்றிலுமிருந்தவர்கள் விலக்கியதில் சட்டென்று மௌனம் படர்ந்தது. இளையவன் ஒரு குதிரை வண்டியைக் கொண்டு நிறுத்த, மூத்தவன் சடலத்தைத் தூக்கிக்கொண்டு வண்டியில் ஏற்றும்போது முனியம்மா மார்பில் அடித்துக்கொண்டு அழுதாள். அவர்கள் எல்லாரும் கிளம்பிச் சென்ற பிறகு எதிரில் வந்து நின்ற பெருமாளிடம் நான் எரிச்சலுடன் கேட்டேன்.

"என்ன விஷயம் பெருமாள்?"

"ஒண்ணுமில்லீங்க. மறுபடியும் ஒரு கேஸ் இங்க இறந்து போச்சுன்னு கேள்விப்பட்டு வந்தேன்."

"மறுபடிங்காதே" என்றேன் கோபத்துடன். "இதுதான் முதல் கேஸ். அதுவும் நா எதுவுமே செய்ய முடியாத நிலையிலே வந்தது. எப்படிச் செத்தா தெரியுமா? ரத்தப் போக்காலே ஏற்பட்ட இயல்பான மரணம்."

அவன் தலையைக் குனிந்து கொண்டான். "சரிங்க" என்று நகர்ந்தான். அவனுடைய முகபாவத்திலிருந்து எதையும் யூகிக்க

முடியாதது எனக்கு ஏமாற்றமாக இருந்தது. 'ஊர் மேய விட்டுப்பிட்டு' என்ற அவனது வார்த்தைகள் திரும்பத் திரும்ப மனசைத் துன்புறுத்தின. நான் இவனைத் துருவிக் கேட்டிருக்க முடியும். 'தானா அவ இஷ்டப்பட்டு வந்தா, அதுக்கு நான் பொறுப்பா?" என்று அவன் கேட்டால் அதற்கு என்னிடம் பதில் இல்லை. அதற்குப் பிறகும் எந்தப் பொறுப்பும் இல்லை என்பான். வவுத்திலே வந்துச்சா? அது பொம்பளை விஷயம். அவளே தான் சமாளிச்சுக்கணும். ஆனால் சண்பகத்தின் சாவு அவனைக் கொஞ்சமேனும் பாதிக்கும் என்று நான் நினைத்துக் கொண்டேன். க்ளினிக்கில் இன்று எந்த அவசர கேசும் இல்லை. நேற்று பிரசவித்த பெண்ணுக்கும் எந்த சிக்கலும் இல்லாததால் இரண்டு நாட்களில் வீட்டிற்குச் செல்வாள். இன்று யாரையும் பார்க்கும் மன நிலையில் நான் இல்லை. பேஷண்டுகளையெல்லாம் நாளைக்கு வரச்சொல்லும்படி மீனாட்சிக்குப் பணித்து விட்டு நான் வீட்டிற்குக் கிளம்பினேன். அப்பாவின் அறையில் அவருடைய செயலர்கள் அமர்ந்து ஏதோ தீவிரமாகப் பேசிக் கொண்டிருந்தார்கள். நான் உடையைக்கூட மாற்றாமல் படுக்கையில் விழுந்தேன்.

"எங்க்கா இப்படி சோர்ந்திருக்கீங்க?" என்றபடி ராசம்மா வந்தாள்.

"ஒரே தலைவலி" என்றபடி காபியை வாங்கிக் கொண்டேன். "ராத்திரி தூக்கம் கெட்டுப் போச்சு, இரண்டு மணிக்கு கடைசியிலே அவளைக் காப்பாத்த முடியல்லே."

"அநியாய சாவுக்கா அது" என்றாள் ராசம்மா.

"நீங்கதான் என்ன செய்வீங்க, அவளா கெடுத்துக்கிட்டா."

"ராசம்மா நா கொஞ்சம் தூங்கணும், கதவை சாத்திக் கிட்டுப் போ. என்ன அது கையிலே?"

“ஓ பாத்தீங்களா, ஒரு லெட்டர் வந்திருக்கு” என்று ஒரு கவரைக் கொடுத்தாள். கமலினியின் கையெழுத்து. தன் திருமணத்தைப் பற்றி எழுதியிருப்பாள். பிறகு படிப்போம் என்று கண்ணை மூடிக் கொண்டேன். உடம்பில் இருந்த அசதியில் தூங்கிப் போனேன். மதியச் சாப்பாட்டுக்கு ராசம்மா வந்து எழுப்பினாள். அப்பா சாப்பிட்டுவிட்டு உறங்குவதாகச் சொன்னாள். காலையில் டிபன் சாப்பிடாததால் பசி வயிற்றைக் கிள்ளிற்று.

நான் சாப்பிட்டு எழுந்திருக்கும் போது டெலிபோன் ஒலித்தது. ராசம்மா விரைந்து எடுத்தாள். பிறகு என்னைப் பார்த்து தீவிர முகபாவத்துடன் “மாப்பிள்ளை ஐயா” என்று கிசுகிசுத்தாள்.

நான் “ஹலோ” என்றவுடன் “எப்படியிருக்கே கண்ணு” என்ற கேள்வி அடி வயிற்றில் மீண்டும் சிலிர்ப்பேற்படுத்திற்று. இந்த ரசாயன விளைவிற்கும் எனக்கும் சம்பந்தமே இல்லை என்று தோன்றிற்று. “இருக்கேன்” என்றேன் பட்டுக் கொள்ளாமல். “கோபமா?” என்று கொஞ்சினான்.

“ஆமாம்னா என்ன செய்வே?”

“தினமும் ரத்திரி வந்து சமாதானப்படுத்துவேன்.”

தனது ஹாஸ்யத்தைத் தானே ரசித்துச் சிரித்தான்.

“உன்னை உள்ளே விட்டாதானே?” என்றேன் நான் லேசாக. “இந்த ஊருக்கு வரும்போது இந்த ஊர் விதிமுறைகளை நீ பின்பற்றினாதான் உனக்கு மரியாதை.”

“சரி, ஞாபகம் வெச்சுக்கறேன்” என்றான் திடீரென்று அடங்கிப்போன குரலில். “உங்க ஊர் விதிமுறைகளைப் பத்தி எனக்கு இப்பத்தான் கொஞ்சம் கொஞ்சமா விளங்க ஆரம்பிச்சிருக்கு. எல்லாத்துக்கும் மண்டையாட்டிக்கிட்டு இருந்தியானா நீதான் ஏமாளியா இருப்பே.”

"நீ எதைப்பத்திச் சொல்றேன்னு எனக்குப் புரியல்லே" என்றேன்.

"உங்க வீட்டு சமாசாரம்மா. நா எதுக்குச் சொல்லணும்?" என்று அவன் பிகு செய்து கொண்டான்.

"என்ன விஷயம் சொல்லு."

"பராபரியா காதிலே விழுந்தது. உங்கப்பா தத்தெடுத்துக்கப் போறாராம். கம்பெனி விஷயத்தை கவனிக்கங்கறாங்க. கொள்ளி போட'ன்னு வேற சொல்றாங்க. அபத்தமா இருக்கு."

"யார் சொன்னது?" என் குரல் பிசுபிசுத்து நடுங்கிற்று.

"இங்கே பல பேர் பேசறாங்க. யார் சொன்னா என்ன?" அவன் குரலில் எரிச்சல் தெரிந்தது. "உனக்குத் தெரியாமயே இதையெல்லாம் உங்கப்பா செய்வாரான்னு எனக்கு ஆசசரியமாயிருக்கு."

"செய்யமாட்டாங்க. அதனால நீ கேள்விப்பட்டது உண்மையா இருக்காது." என் வார்த்தைகளை நானே நம்பவில்லை.

"எனக்குத் தெரியல்லே" என்றான் அவன் தயக்கத்துடன். "இங்கெல்லாம், வயிற்றிலே பிறந்த மகன் இல்லேன்னா அப்படித் தான் செய்யறது வழக்கம்ங்கறாங்க."

"வழக்கம்ங்கறதினாலே அப்பா அப்படி செய்வாங்கன்னு நா நினைக்கல்லே."

பதினோரு வருஷங்களுக்கு முன் கிட்டதட்ட இதே வார்த்தைகளை அம்மா சொன்னது எனக்கு நினைவுக்கு வந்து என்னை பலவீனப்படுத்திற்று.

"எதுக்கும் உங்கப்பாகிட்ட பேசி தெளிவாக்கிக்கறது உனக்கு நல்லது" என்றான் அவன். இது அறிவுரை போலவும் இருந்தது. கட்டளை போலவும் இருந்தது.

16

"இதைப் பத்தி நீ கவலைப்பட வேண்டியதில்லே சிவா" என்றேன் மெல்லிய ரோஷத்துடன். "இதுவரை சமாளிச்சிருக்கேன். தனியாகவே."

"ஸாரி" என்றான் சிவா சட்டென்று இறங்கிய குரலில். "நா உன் குடும்ப விஷயத்திலே தலையிடறதா நினைக்காதே. ஏதோ காதிலே பட்டதாலே சொன்னேன். அதை மறந்துடு உன் பேஷண்ட் எப்படி இருக்கா?" என்று பேச்சை மாற்றினான்.

"நேத்து ராத்திரியே செத்துட்டா."

அவன் அடிக்குரலில் லேசாக விசிலடித்தான். "ஷிட்" என்றான் தன்னையே சபித்துக் கொள்வது போல. "ஸாரி மனோ. ஸாரி மறந்துடு."

"எதை?"

"எல்லாத்தையும், நாளையோ, நாளை மறுநாளோ உன்னை வந்து பார்க்கறேன்" என்று டெலிபோனை வைத்தான்.

சற்று நேரத்துக்கு ஸ்தம்பித்த நிலையில் நான் அமர்ந் திருந்தேன். 'எல்லாத்துக்கும் மண்டையாட்டிக்கிட்டு இருந்தியானா நீதான் ஏமாளியா இருப்பே' என்ற வார்த்தைகளை அம்மாவின் சாயலில் சிவா சொல்லும் போது சுருக்கென்றது. ஆனால் இப்போது எதுவுமே உரைக்கவில்லை. அவன் சொன்ன செய்தியைத் தவிர. "உங்கப்பா தத்தெடுக்கப் போறாராம்." அதே கூரையின் கீழ் இருக்கும் எனக்குத் தெரியாமலா? உண்மையாக இருக்குமா? 'பல பேர் பேசறாங்க.'சிவா சேலத்துக்கு வந்த சொற்ப நாட்களுக்குள் 'பல பேர்' அவனுடன் இப்படிப்பட்ட விஷயத்தைப் பேசுமளவுக்கு அங்கு காலூன்றிவிட்டானா என்று ஆச்சரியமாக இருந்தது. பல

பேர் பேசுவதாக யாராவது இவன் காதில் போட்டிருக்கலாம். 'நீ வருங்கால மாப்பிள்ளை. இதை தெரிந்து கொள்' என்ற உபகார சிந்தனையுடன்.

அவன் சொன்ன செய்தியை நினைக்க நினைக்க கட்டுப் படுத்த முடியாத ஒரு அவமான உணர்வு என்னை வியாபித்தது. அப்பாவின் மேல் அடங்காத ஆத்திரம் வந்தது. இது உண்மை யானால் என்னை மட்டுமல்ல; தன்னையே அவமானப்படுத்திக் கொள்கிறார் என்று தோன்றிற்று. 'அவருக்கென்ன, நல்லாத்தான் இருக்காரு மணையிலே உக்காத்தலாம் போல' என்று அம்மா அன்று சொன்ன வார்த்தைகளில் தொனித்த ஆங்காரம் இதே உணர்வினால் தான் என்று புரிந்தது. அம்மாவின் நிலையிலிருந்து நான் பல தளங்கள் ஏறி உச்சத்துக்குப் போய் விட்டதாக் நினைத்த பிரமை, இரண்டே வார்த்தைகளில் பொலபொலவென்று சீட்டுக்கட்டால் எழும்பிய மாளிகை ஓசைப்படாமல் சரிவது போல் சரிந்தது. 'கம்பெனி விஷயத்தை கவனிக்கங்கறாங்க. கொள்ளி போடவுன்னும் சொல்றாங்க.'

கம்பெனி விஷயங்கள் எல்லாம் எனக்குத் தெரிய வேண்டியது அவசியமில்லை என்ற எண்ணத்துடனேயே அப்பா என்னிடம் எதுவும் சொன்னதில்லை என்று நான் இப்போது நினைத்துக் கொண்டேன். அப்பா ஏதோ சாசுவதம் என்பதுபோல நானும் அதைப்பற்றித் தெரிந்துகொள்ள ஆர்வம் காட்டியதில்லை என்பதை மறுக்க முடியாது. அதற்காக, தத்தெடுப்பதா? எப்போதும் போல் காரியதரிசிகள் மேற்பார்வை பார்க்கமாட்டார்களா? எந்தக் காரணத்துக்கும் எனது உரிமையைப் பறிப்பது தார்மீகரீதியாக குற்றம் என்று, இன்னமும் சூட்சுமமான உடல் நிலையில் உள்ள வரிடம் எப்படிச் சொல்வது? இப்படிப்பட்ட கேள்வியை எழுப்பும் நிலைக்கு நான் தள்ளப்படுவதே கேவலம், அநாகரிகம் என்று எப்படித் தெரிவிப்பது?

நான் சோர்வுடன் எழுந்தேன். ராசம்மா டி.வி.முன்னால் உட்கார்ந்திருந்தாள்.

"சிவகவி காட்டறாங்கக்கா" என்றாள்.

"நீ பாரு. நா மாடிக்குப் போறேன்" என்றேன். நான் படி யேறும்போது தியாகராஜ பாகவதரின் முன் பார்வதி பிரசன்ன மானாள். 'இனி நீ பொய்யாமொழிப்புலவன் என்று அழைக்கப் படுவாய்' என்று வரமளித்தாள். அப்பா விழித்துக் கொண்டு விட்டாரா என்று பார்க்கக்கூடத் தோன்றாமல் நான் என் அறையை நோக்கி நடந்தேன்.

"அக்கா!" என்ற மாணிக்கத்தின் குரல் கேட்டுத திரும்பினேன். நான் மேலே வருவதற்காகக் காத்திருந்தவன் போல் அப்பாவின் அறை வாசலில் நின்றிருந்தான். "ஐயா உங்களை வரச்சொன்னங்க" என்றான். சட்டென்று அடிவயிற்றில் பயம் கவ்விற்று. சற்று முன் வரை மனத்தை அலைக்கழித்த நினைவுகள் எல்லாம் மறந்து நான் விரைந்தேன். அப்பா மிதமிஞ்சிய சோர்வுடன் காணப்பட்டார். வேகமாக அவர் அருகில் சென்று அவர் கையைப் பற்றி," என்னப்பா, கூப்பிட்டீங்களா, உடம்புக்கு என்ன?" என்றேன்.

"விசேஷமா ஒண்ணுமில்லே" என்றார் அப்பா. "காலை யிலேந்து உன்னைக் காணவேல்லியேன்னு கூப்பிட்டேன். என்னது இது. அந்த சண்பகம் இறந்திடுச்சாமே?"

அப்பாவின் கண்களில் இருந்த திகைப்பையும் அதிர்ச்சியையும் பார்த்து எனக்குக் கவலையேற்பட்டது.

"மாணிக்கம் சொன்னானா உங்ககிட்ட? சரியான மடையன்!" என்று நான் திட்டும்போது மாணிக்கம் நழுவிவிட்டிருந்தான்.

"உன்னைக் காணுமேன்னு நாதான் அவனைத் துளைச் செடுத்ததிலே அவன் சொன்னான். அவனைப் போய் திட்டாதே" என்றார் அப்பா. "சண்பகத்துக்கு இப்படி ஒரு முடிவு வரும்னு நா

எதிர்பார்க்கலேம்மா. அதுவும் நம்ம நர்ஸிங் ஹோம்லே இதுதான் முதல் சாவு இல்லே?"

"ஆமாம்ப்பா" என்றேன் சோர்வுடன். "என்னாலே முடிஞ்ச அளவு முயற்சி பண்ணினேன். காப்பாத்த முடியலே. நா இங்க இல்லாத சமயத்திலே யார் கிட்டயோ போய் கர்ப்பத்தை அழிச்சிக்க பாத்திருக்கா. செப்டிக் ஆயிடுச்சு."

"நம்ப முடியலேம்மா. ரொம்ப கௌரவமா இருந்த பொம்பளை தப்பு செய்வான்னு யார் நினைப்பாங்க?"

எனக்குச் சுரீரென்று கோபம் வந்தது. ஜனனகாலத்துக் கோபங்களையெல்லாம் உசுப்பி விட்டதுபோல் இருந்தது.

"ஏன், இந்த தப்புக்கு உடந்தையா இருந்த ஆம்பிளை யாருன்னு விசாரிச்சீங்களா? போலீஸ் உடையிலே சட்டம் நியாயம்னு பேசிக்கிட்டு, இப்பவும் இளிச்சவ எவ கிடைப்பான்னு மேஞ்சுக்கிட்டிருக்கான். அவனை யாரும் எதுவும் கேட்க முடியலே. சாட்சியைக் கொண்டாங்கறான். அசட்டு சண்பகந்தான் தண்டனை அனுபவிச்சா. செத்தே போனா."

"கேள்விப்பட்டேன்" என்று அப்பா முணுமுணுத்தார். திடீரென்று அப்பாவின் முகத்தைப் பார்க்கப் பிடிக்கவில்லை எனக்கு. அலை அலையாக விளக்கத் தெரியாத ஆத்திரம் பீறிட்டுக் கொண்டு வந்தது. என்னை எந்த சக்தியாலும் தடுக்க முடியாது என்பது போல என் நாவிலிருந்து வார்த்தைகள் வெடித்தன.

"பொம்பளையத்தானே அடிக்கிறீங்க எல்லாரும்? அவளைத் தானே சுலபமா ஏமாத்த முடியுது? உனக்கு இது தேவையா, தேவைன்னா அதுக்கு ஒரு விலை குடுன்னு தானே ஒவ்வொரு கட்டத்திலேயும் நம்ம சனத்திலே கண்டிஷன் போடப்படுது? ஆண் வாரிசு வேணும்னு கேக்கறாங்க. பெண்ணுன்னா அழிச்சுடு தாயின்னு ஒவ்வொரு பொம்பளையும் எங்காலைப் பிடிச்சுக்கிட்டு கெஞ்சும் போது எனக்கு எப்படியிருககுன்னு நினைக்கிறீங்க? என்னைப்

பெத்தவளே என்னைக் கெஞ்சற மாதிரி இருக்கு. ஸ்கேன் ஸ்க்ரீன்லே பெண் சிசுவைப் பார்க்கும் போதெல்லாம் எனக்கு என்ன ஞாபகம் வருதுன்னு நினைக்கிறீங்க? எங்கம்மா ஒரு நாள் சாயங்காலம் விளக்கு வெக்கற நேரத்திலே அழுதது ஞாபகத்துக்கு வருது. 'அடியே, நீ மகளாயிருந்து துப்புக்குப் பிரயோஜனமில்லையாம், வாரிசுக்கு ஆண் வேணும்னு உங்கப்பா இரண்டாங் கல்யாணம் கட்டப் போறாராம்'னு அழுதது நினைவுக்கு வருது. நாம் பட்ட அவமானத்தை அந்த சிசு படுமோன்னு வெறிபிடிச்சு அதை நா அழிக்கறதும், பிறகு தூக்கம் வராம துக்கப்படறதும் என்னைப் பெத்தவளுக்கு ஒருவேளை ஆவி ரூபத்திலே புரியலாம்னு பைத்தியக்காரத்தனமா பௌர்ணமி, அமாவாசை பூஜையிலே தோணுது.. பாண்டுரங்கனுக்குக் கொள்ளி வைக்க ஆட்தேடறாங் கன்னு சொன்னப்ப இதே காரணத்துக்காக ஆத்திரம் பொத்துக்கிட்டு வந்தது. படிப்பறிவில்லாத ஜனங்க பேசறமாதிரி ஜனங்களோட நம்பிக்கைன்னு நீங்க சொல்றபோது நீங்க இன்னும் மாறலேன்னு எனக்குப் புரியுது. கோபம் வருது. அடி மனத்திலே நீங்க திருப்தி யில்லாம இருக்கீங்க, ஊர் பூராவும் என்னைக் கொண்டாடினாலும். ஐயோ, மக மட்டும்தானே நமக்கு, கொள்ளி வைக்கக்கூட லாயக்கில்லையேன்னு."

நான் சட்டென்று நிறுத்தினேன், எத்தனை அசட்டுத் தனமாகப் பேசுகிறேன் என்ற திகைப்புடன். அப்பா என்னை சற்று நேரம் வெறித்துப் பார்த்தார். பிறகு மெள்ள சிரித்தார். சிரிக்க முடியாமல் இருமல் வந்தது. கண்களில் நீர் தளும்பிற்று. நான் பதற்றத்துடன் அவருடைய மார்பைத் தேய்த்தேன். நீர் பருக வைத்தேன்.

"ஸாரிப்பா, என்னவோ வாய் தவறி வந்துருச்சி" என்றேன் துககத்தில் தழுதழுத்த குரலில்.

"உனக்கு அதுதானே கவலை?" என்றார் அப்பா. "நீயே எனக்குக் கொள்ளி வை. நீதான் வைக்கணும். உன்னைத் தவிர எனக்கு வேறு யார் இருக்காங்க?"

சட்டென்று நான் உடைந்து போனேன். அப்பாவின் மார்பின் மீது முகத்தைக் கவிழ்த்துக் கொண்டு விசும்பினேன். "என்னை மன்னிச்சிடுங்க. என்னாலே மறக்க முடியலே பழசையெல்லாம். மன்னிச்சிடுங்க."

அப்பா ஒன்றும் பேசாமல் என் தலையை வருடினார்.

"என்னென்னவோ காதிலே படுது. அதான் குமுறிக்கிட்டு வருது."

அப்பா சட்டென்று உஷாரானது தெரிந்தது.

"என்ன படுது?" என்றார் மெள்ள.

"நீங்க யாரையோ தத்தெடுக்கப் போறீங்கங்கறாங்க" என்றபடி நான் நிமிர்ந்தேன்.

அப்பாவின் முகத்தில் சிந்தனைக் கோடுகள் தெரிந்தன.

"சனங்க ஏதாவது புரளி கிளப்பி விடுவாங்கம்மா. வேற என்ன சொல்றாங்க?"

"வேற என்ன?"

அப்பா பெருமூச்சு விட்டார். "அதைவிட பெரிசா காதிலே விழலாம்."

"என்ன விஷயம்?" என்றேன் கவலையுடன்.

"நாளைக்குச் சொல்றேன். நிலைமை கொஞ்சம் தெளிவா யிருக்கும். இன்னிக்கு வேண்டாம்" என்றார் சோர்வுடன்.

"உங்க இஷ்டம்."

அவருக்கும் ஓய்வு தேவை என்று தோன்றிற்று.

"டாக்டர் சிவா உனக்கு நல்ல பரிச்சயம்தானே?" என்றார் திடீரென்று.

"ஆமாம்ப்பா. ஏன்?" என்றேன்.

"இல்லே. சொத்து இருக்கும்ங்கற எதிர்பார்ப்பிலே கல்யாணத்துக்கு சம்மதிச்சானோங்கற சந்தேகத்தை நாம ஒதுக்கக் கூடாது."

"அப்படிப்பட்ட எண்ணம் அவனுக்கு இருக்கும்னு நா நினைக்கலே. அப்படி இருக்கிறதா எனக்குத் தெரிஞ்சதுன்னா நா கல்யாணம் செய்துக்க மாட்டேன். என்னைக் காப்பாத்திக்க எனக்குத் தெரியும்ப்பா."

அப்பா சோர்வுடன் புன்னகைத்தார். வெகு நேரம் பேசாமல் இருந்தார். பிறகு பிரயாசையுடன் சொன்னார்.

"உங்கம்மா மனசை ஏதோ அசட்டுத்தனத்தாலே ஒருமுறை நோகடிச்சேன். இன்னிவரைக்கும் அதுக்காக வருத்தப்படறேம்மா. உன்மேல அப்படிப்பட்ட காத்துகூடப் படக்கூடாதுன்னுதான் எனக்கு ஆசை. கம்பெனி விஷயமெல்லாம் சொல்லக் கூடாதுன்னு இல்லே. எதுக்காக உனக்கு அந்த பாரத்தையெல்லாம் வேற சுமத்தணும்னு இருந்தது."

எனக்கு மீண்டும் கண்களில் நீர் துளிர்த்தது. இந்த மாதிரி அப்பா என்னிடம் மனம் திறந்து பேசியதில்லை.

"எனக்கு என்ன குறைப்பா? நா நல்லாயிருப்பேன். கவலைப்படாதீங்க."

"என்னவோ, நா கடமையிலேந்து தவறிட்ட மாதிரி இருக்கு."

"சீச்சி. பேசாம இருங்க" என்று நான் செல்லமாக அதட்டினேன். "எனக்கு உங்க பணம் காசு சொத்து எதுவும் வேண்டிய தில்லே. எல்லாத்தையும் நீங்க ஏதாவது அனாதாசிரமத்துக்கு எழுதி வெச்சாலும் எனக்கு சந்தோஷம்தான். நம்ம இரண்டுப் பேருக்குள்ள இருக்கிற உறவு மட்டும்தான் எனக்கு முக்கியம்."

அப்பா என்னை நம்பாதவர் போல சற்று நேரம் பார்த்தார். பிறகு கண்ணை மூடிக் கொண்டு மெள்ளச் சொன்னார்.

"ஆண்டவனுக்குதான் இதுக்கு நன்றி சொல்லணும்." திடீரென்று நினைத்துக் கொண்டவர் போல "மனோ" என்றார். "கர்ப்பத்திலே இருக்கிற சிசுகிட்ட உன் கோபத்தைக் காண்பிக் காதம்மா. உன்ன மாதிரி ஒரு பெண் உருவாற வாய்ப்பை ஏன் கெடுக்கறே?"

நான் என் அறைக்குத் திரும்பிய போது மனசில் இனம் புரியாத அமைதி ஏற்பட்டிருந்தது. கீழேயிருந்து மேலே மிதந்து வந்த பாகவதர் பாட்டை முணுமுணுக்க வேண்டும் போல் மனசு நெகிழ்ந்திருந்தது. அப்போதுதான் கமலினியின் கடிதம் உறைகூட பிரிக்கப்படாமல் மேஜையின் மேல் இருப்பது கண்ணில் பட்டது. நான் கட்டிலில் படுத்தபடி அதை நிதானமாகப் பிரித்தேன். "எனக்குக் கல்யாணமாகிவிட்டது" என்று ஆரம்பித்திருந்தாள். "அழைப்பிதழ் அனுப்பவில்லையென்று திட்டாதே. அழைப்பிதழே அச்சடிக்கலே. ரெஜிஸ்டார் கல்யாணம். எங்க நெருங்கிய நண்பர்கள் பத்து பேருக்கு ஹோட்டல்லே சாப்பாடு. புதுப் புடவைகூட வாங்கிக் கொள்ளவில்லை. இன்னொரு ஆளுடன் வீட்டைப் பகிர்ந்து கொள்வது கொஞ்சம் வினோதமாக எனக்கு இருந்தாலும் இதுவும் ஒரு அனுபவமாகத்தான் இருக்கிறது.

உன்னுடைய அப்பாவின் உடல் நிலை எப்படி இருக்கிறது? நன்றாகத் தேறியிருப்பார் என்று நினைக்கிறேன். நீ அப்பாவின் மேல் பாசம் வைத்தால் மட்டும் போதாது. உன் மனசிலிருப்பதை வெளிப்படுத்தணும். அவரைப் பற்றின உன் கணிப்பெல்லாம் கூட மரபுச் சிந்தனையின் வெளிப்பாடு என்று நான் நினைக்கிறேன். உன் சிந்தனைக் கோணத்தையே நீ மாற்றிக் கொள்ளணும்."

நான் கடிதத்தை மார்பில் கவிழ்த்து கண்களை மூடிக் கொண்டேன். கமலினி எத்தனை சரியாக என்னை கணித்து விட்டாள் என்ற கூச்சத்தில் மனசு நெகிழ்ந்தது. அம்மாவின் நினைவிலிருந்தும் அவளுடைய பயங்களிலிருந்தும் நான் விடுபடவில்லை.

அப்பாவை மன்னிக்க நான் தயாராயிருக்கவில்லை. நான் மீண்டும் கமலினியின் கடிதத்தின் வரிகளில் பார்வையை ஓட்டினேன். "ஹைதராபாதிலிருந்து என்னுடைய சினேகிதர் ஒருத்தர் வந்தார். அவரிடம் உன் சினேகிதன் சிவாவைப் பற்றி விசாரித்தேன்" என்று எழுதப்பட்ட வரிகளை அப்பொழுதுதான் பார்த்தேன்.

⊙⊙⊙

நான் மாலையில் க்ளினிக் வேலையை முடித்துவிட்டு வீடு திருமபியபோது அப்பாவின் காரியதரிசிகள் அப்பாவின் அறையில் அமர்ந்து பேசிக் கொண்டிருப்பதாக ராசம்மா சொன்னாள்.

அப்பாவை வருத்தும் விஷயமென்ன என்று அவர்களைக் கேட்கலாமா என்று யோசித்தேன். 'அதைவிட பெரிசா ஏதாவது காதிலே விழலாம்' என்று அப்பா எதைக் குறிப்பிட்டார் என்று அறிய எனக்குக் குறுகுறுத்தது. ஆனால் நான் இவர்களைக் கேட்டால் இவர்கள் சரியான பதிலைச் சொல்வார்களா என்று சந்தேகமாச இருந்தது. நாளைக்கு அப்பாவே சொல்கிறேன் என்று சொல்லும் போது இவர்களை ஏதும் கேட்க வேண்டியது அவசியமில்லை என்று நினைத்துக் கொண்டேன். அப்பா வழக்கத்துக்கு விரோதமாக என்னிடம் நெருக்கமாகப் பேச ஆரம்பித்திருக்கும் வேளையில் நான் அவசரப்பட்டு எதையும் செய்துவிடக் கூடாது என்ற எச்சரிக்கை உணர்வு என்னைக் கட்டுப்படுத்திற்று. ஆனால் கம்பெனியைப் பற்றி ஏதாவது நெருக்கடி என்றால் அதுவே அவரது உடல்நிலையை பாதிக்கலாம் என்ற அச்சம் என்னை வாட்டிற்று. அவரது சொத்து சுகங்களைவிட அவரது ஆரோக்கியம்தான் எனக்கு முக்கியம் என்பதை அவருக்குத் தெளிவாக்க வேண்டும் என்று நினைத்துக் கொண்டேன். அவர்கள் சென்றதும் நான் அப்பாவைக் காணச் சென்றேன். அப்பா கண்ணை மூடியபடி படுத்திருந்தார். சிந்தனையின் அழுத்தமோ, உடல் வேதனையோ

முகத்தில கோடிட்டிருந்தது. நான் அவரது நெற்றியில் கையை வைத்தேன். அவர் கண்களைத் திறந்தார். மிக லேசாகப் புன்னகைத்தார்.

"ரொம்ப களைப்பா தெரியறீங்க" என்றேன் கவலையுடன். 'கொஞ்ச நாளைக்கு ஆபீஸ் விஷயங்களைப் பத்தி பேசாட்டி என்ன?" என்று கடிந்து கொண்டேன். "இவங்களை நா இனிமே அனுமதிக்கப் போறதில்லே. அவங்க வந்துட்டுப் போகும் போதெல்லாம் நானும் பார்க்கறேன், அதிகமா சோர்ந்து போறீங்க."

அப்பா எதுவும் பேசாமல் கண்களை மூடிக் கொண்டார். பிறகு மெள்ளச் சொன்னார்.

"நாளைக்கு வருவாங்க சாயங்காலம். அதுக்கப்புறம் நானே வர வேண்டாம்னு சொல்லியிருக்கேன்."

அவரது சோர்வும் முகத்தில் தெரிந்த விசனமும் அடி வயிற்றை சங்கடப்படுத்தியது. அவரது நெற்றியை நான் வருடியபடி பரிதவிப்புடன் சொன்னேன்.

"அப்பா, உங்க பிரச்சினை என்னன்னு எனக்குத் தெரியலே. நாளைக்குச் சொல்லுங்க அவசரமில்லே. ஆனால் பணம் சம்பந்தமானதுன்னா கவலைப்படாதீங்க. நா சமாளிக்கிறேன். எனக்குப் படிப்பு இருக்கு. அதைவிட பெரிய சொத்து வேறெதுவும் இருக்க முடியாது. பிடிவாதம் பிடிச்சு நா வாங்கிகிட்ட சொத்து, ஞாபகமிருக்காப்பா?" அப்பாவின் அதரங்களில் மெல்லிய புன்னகை படர்ந்தது.

"நல்லா நினைவிருக்கு" என்றார் கண்களைத் திறக்காமல். "நீ மாத்திரம் பிடிவாதம் பிடிக்கலே உங்கம்மாவும் பிடிச்சா."

நான் வியப்புடன் நெகிழ்ந்து அமர்ந்திருந்தேன். இதில் அம்மாவின் பங்கு இருந்தது எனக்குத் தெரியாது.

"அவ பெரிய தீர்க்கதரிசிம்மா. இத்தனைக்கும் பள்ளிக்கூட வாசப்படி மிதிச்சதில்லே."

அம்மாவின் நினைவில் அப்பாவின் அதரங்களில் புன்னகை விரிந்தபடியே இருந்தது. நான் எழுந்தேன். இனி அவருக்கு ஓய்வு தேவை என்ற நினைப்பில், அவரைப் பார்த்தபடி நின்றிருக்கும் போதே அவர் உறக்கத்தில் ஆழ்ந்து போவது தெரிந்தது. நான் சத்தமில்லாமல் என் அறைக்குத் திரும்பினேன். நான் அவருடன் இருந்த அரைமணி நேரத்தில் அவருக்கு ஏதோ ஒரு வகை அமைதி கிடைத்திருக்க வேண்டும் என்று தோன்றிற்று. ஏதோ பெரிய சுமை என் மனசிலிருந்தே இறங்கியது போல் லேசாகிப் போனது ஆச்சரியமாக இருந்தது. விவரம் தெரிந்த நாளிலிருந்து என்னை அலைக்கழித்த சலனங்கள் ஆரவாரமில்லாமல் அடங்கிப் போனது போல் இருந்தது. இனிமேல் எப்படிப்பட்ட ஏமாற்றங் களையும் சோகங்களையும் தாங்கிக் கொள்ளும் பக்குவம் வந்துவிட்டது போல வினோதமாகத் தோன்றிற்று. கமலினியின் கடிதம்கூட நினைவை விட்டு சுலபமாகக் கழன்று கொண்டதில் இரவு நிம்மதியான உறக்கம் வந்தது. கனவில் வரவே வராத அம்மா வந்தாள். ராணி போல் அவள் நடக்க அவள் கையைப் பிடித்துக் கொண்டு செவ்வாய்க்கிழமை சந்தைக்குப் போகிறேன். நெய் விற்பவர்கள் கூப்பாடு போட்டு ஆசை காட்டுகிறார்கள். "மயங்கிடக்கூடாது" என்கிறாள் அம்மா ரகசியமாக. "நீ கவனமா இருந்தியானா எவனும் ஏமாத்த முடியாது." நெய்யை முகர்ந்து முகர்ந்து நடக்கிறாள்...

"அக்கா அக்கா, மனோ அக்கா..."

படபடவென்று கதவு தட்டப்படும் ஓசையையும் மாணிக்கத்தின் கூப்பாட்டையும் கேட்டு திடுக்கிட்டு விழித்துக் கொண்டேன்.

"மனோ அக்கா, சீக்கிரம் வாங்க."

சட்டென்று பரவிய பயத்தில் நான் விரைந்து கதவைத் திறந்தேன். மாணிக்கம் பீதியின் எல்லையில் இருந்தான்.

"ஐயா கூப்பிடக் கூப்பிட எழுந்திருக்கலீங்கக்கா. ராத்திரி ஒரு மணிக்குக்கூட தண்ணி வேணும்னு கேட்டுக் குடிச்சாங்க."

அவன் பேச்சைக் கேட்டு கொண்டே நான் அப்பாவைப் பார்க்க ஓடினேன். அப்பாவின் முகம் சாந்தமாக இருந்தது. நிம்மதியாகத் தூங்குவது போல. நேற்று இரவு அவரது அறையை விட்டுக் கிளம்பும்போது அதரங்களில் இருந்த புன்னகை இன்னமும் இருந்தது. நான் பித்துப் பிடித்ததுபோல நாடியைப் பிடித்தும் நெஞ்சில் ஸ்டெதஸ்கோப்பை வைத்தும் இதயத் துடிப்பைத் தேடினேன். உடம்பில் இன்னும் லேசாக உஷ்ணம் இருந்தது.

எனக்கு பீதியில் வியர்த்தது.

"அப்பாவை எப்ப நீ கடைசியா பார்த்தே மாணிக்கம்?"

மாணிக்கத்தின் கண்களில் அதற்குள் நீர் நிறைந்திருந்தது.

"ராத்திரி ஒரு மணிக்குக்கா. அப்ப எதுவுமே இல்லே. நல்லாத்தான் இருந்தாங்க. பிறகு தூங்கிட்டாங்கக்கா. காலையிலே எழுந்திருச்சாங்களான்னு பார்த்தப்ப சந்தேகம் வந்தது."

எனக்குப் பேச முடியவில்லை. பாறாங்கல்லை நெஞ்சில் ஏற்றியது போல் இருந்தது. மூச்சடைத்தது போல திணறியபடி சொன்னேன்.

"நமக்கெல்லாம் கஷ்டம் கொடுக்கறதா அப்பா நினைச்சட்டாங்க போலிருக்கு. தூக்கத்திலேயே போயிட்டாங்க மாணிக்கம்."

"ஐயா!" என்று மாணிக்கம் கூவினான். விசித்து விசித்து அழ ஆரம்பித்தான். அப்பா இவனுக்குத் தந்தையாகவே இருந்தார் என்று எனக்குத் தெரியும். பெறாமல் பெற்ற குழந்தைகள் அவருக்கு அநேகம். நான் அவரது மார்பில் முகத்தை புதைத்துக் கொண்டு விம்மினேன். அவருக்கு உயிர் வாழ விருப்பமில்லாததாலேயே

இவ்வளவு சீக்கிரம் இறந்தார் என்று தோன்றிற்று. அல்லது தன்னை அச்சுறுத்திய கேள்விகளுக்கு விடை கிடைத்து விட்டது என்ற நிம்மதியில் உயிர் பிரிந்ததா? நேற்று அவர் என்னுடன் பேசிய பேச்சுக்கெல்லாம் இப்போது எனக்குப் புதிய அர்த்தம் புலப்பட்டது. கச்சிதமான ஒரு மரணக் காட்சிக்கு ஒத்திகை நடந்ததுபோல. ஆனால் இன்று சொல்லப் போவதாக சொன்ன விஷயம் என்ன ஆயிற்று? அதற்கு அவசியமில்லை என்று தோன்றிவிட்டதா அல்லது சாவுக்கு அவசரமேற்பட்டு விட்டதா? எனக்குத் தாங்க வில்லை. மனக் கூச்சங்களையெல்லாம் கிழித்துக் கொண்டு கண்ணீர் பீறிட்டது. ராசம்மா அழுது கொண்டே என்னை சமாதானப் படுத்தினாள். மாணிக்கம்தான் காரியதரிசிகளுக்கு டெலிபோன் செய்து தகவலைச் சொன்னான். அவர்கள் அதிர்ந்து போனதை எனக்குத் தெரிவித்தான்.

அவர்கள் முக்கியமான கேஸ் ஹியரிங் ஒன்றுக்குச் சென்று பனிரெண்டு மணிக்கு வருவார்கள் என்றான். யார் எப்பொழுது வந்தால் இனிமேல் என்ன என்றிருந்தது எனக்கு. அப்பாவின் நண்பர்குழாமும் உறவினர்களும் எக்கச்சக்கம். நினைவு வைத்துக் கொண்டு எல்லாருக்கும் மாணிக்கம்தான் செய்தி அனுப்புவதில் ஆழ்ந்தான். அதற்குள் செய்தி அறிந்து வருபவர்கள் வர ஆரம் பித்தார்கள். எல்லாரும் தங்களுக்குள் குசுகுசு என்று பேசுவதும் என்னைக் கண்டதும் நிறுத்துவதுமாக இருந்தார்கள். இதற்கிடையில், "ஏங்க்கா, மாப்பிள்ளை ஐயாவுக்கு சொல்லி அனுப்பிச்சீங்களா?" என்று ராசம்மா கேட்டாள்.

"அவங்க டெலிபோன் நம்பரே எங்கிட்ட இல்லே ராசம்மா" என்று நான் சொன்னபோது அவள் என்னை வினோதமாகப் பார்த்தாள்.

சொன்னது போல காரியதரிசிகள் தணிகாசலமும், சம்பந்தமும் பனிரெண்டரை மணிக்கு வந்தார்கள். யாரோ கேட்ட கேள்விக்கு, "மகதான் கொள்ளி வைக்கணும்னு ஐயாவுக்கு விருப்பம். எழுதி

வெச்சுட்டு போயிருக்காங்க" என்றார் தணிகாசலம். கையில் தீப்பந்தத்தைப் பிடித்து, அப்பாவின் சிதைக்கு தீவைத்தபோது அந்த ஊரில் அதுவரை எந்தப் பெண்ணுமே செய்திராத வேலையை நான் செய்தது பெரிய வெற்றி என்று தோன்றவில்லை. தீப்பந்தத்தைத் தூக்கிக் கொண்டு கனவில் ஓடியது நினைவுக்கு வந்தது. எந்தப் பெண்ணுக்கும் இனி அப்படி ஒரு கனவு வரக்கூடாது என்று தோன்றிற்று. மதியம் தணிகாசலமும் சம்பந்தமும் என்னுடன் பேசக் காத்திருந்தார்கள்.

"கேஸ் விஷயம் என்ன ஆச்சு?" என்றேன்.

"தோத்துட்டம்" என்றார் தணிகாசலம்.

"எனக்கு விவரமா சொல்லுங்க" என்றேன். பங்கு மார்க்கெட்டில் அப்பாவுக்கு ஏற்பட்ட எதிர்பாராத நஷ்டத்தையும் அதுதான் சாக்கு என்று பஞ்சாலையில் கூட்டாளி காலை வாரிவிட்டதையும் அவர்கள் விவரித்தார்கள்.

நியாயம் நம் பக்கம் இருந்தும் போதிய நிரூபணங்கள் இல்லாததால் கேஸ் தோற்றுவிட்டதாகவும் சொன்னார்கள்.

"கொஞ்சம் நன்செய் நிலத்தையும் இந்த வீட்டையும் தவிர பாக்கி எல்லாத்தையும் வித்து கடனையடைக்க ஐயா ஏற்பாடு பண்ணிட்டாங்க. இதுதான் அவங்க மாரடைப்புக்கே காரணம்" என்றார் சம்பந்தம்.

நான் திகைப்புடன் அமர்ந்திருந்தேன். இந்தக் கவலை யெல்லாம் நான் படக்கூடாது என்றே அப்பா கம்பெனி விஷயம் எதையும் பகிர்ந்து கொள்ளவில்லை என்று புரிந்து கொண்டேன். அவருடைய மிகப் பெரிய தவறு இது என்று துக்கமேற்பட்டது. நேற்று சொன்ன வார்த்தைகளை என்றோ சொல்லி சமாதானப் படுத்தியிருக்கலாம்.

மாலையில் சிவா வந்தான்.

“என்னது, நீ எனக்குத் தெரிவிக்கவேயில்லே?” என்றான். “சேலத்திலே ஏதேச்சையா ஒருத்தர் கேட்டார். மாமனார் இறந்துட்டார், நீங்க போகலியான்னு?”

“உன்னுடைய டெலிபோன் நம்பரே எங்கிட்ட இருக்கலே சிவா” என்றேன் தலையைக் குனிந்து கொண்டு. பிறகு நிமிர்ந்து “நீ அன்னிக்குக் கேள்விப்பட்டதெல்லாம் தப்பு சிவா” என்றேன். “யாரையும் அப்பா தத்தெடுக்கலே.”

“ஆமாம். அது தப்பான தகவல்னு அப்புறம் கேள்விப் பட்டேன்.”

அவன் சற்று நேரம் தயக்கத்துடன் பேசாமல் அமர்ந் திருந்தான். பிறகு மெல்லக் கேட்டான்.

“இந்த சமயத்திலே இந்தப் பேச்சை நா எடுக்கக்கூடாதுதான். ஆனா தெரிஞ்சுக்கறது நல்லதுன்னு நினைக்கறேன். அப்பா உயிரோட இருக்கும்போது அவரைப் பிரிஞ்சு இருக்க முடியாதுங்கற காரணத்துக்காக நா இங்க வந்து இருக்கணும்னு சொன்னே. இப்பவும் அதையே தான் சொல்வியா?”

நான் சற்று நேரம் பேசாமலிருந்தேன், மனதுக்குள் வார்த்தைகளை ஜோடிக்க.

“இந்த ஊர்லேதான் நா இருக்கணும்.”

“ஏன்?”

“அதை விளக்கறது கஷ்டம் சிவா. இங்கதான் எனக்கு வேலை இருக்கு.”

“எங்க வேணா இந்தத் தொழிலை நீ செய்யலாமே?”

“வேலைங்கறது தொழில் மட்டும் இல்லே. நா செஞ்சிருக்கிற சில வேலைக்குப் பரிகாரம் தேடணும்.”

நான் சொன்னதை அவன் கிரகித்தானா என்று நான் கவலைப்படவில்லை.

"சிவா, நீ வாக்குக் கொடுத்துட்டேங்கிறதனால எந்த நிர்ப்பந்தத்துக்கும் உள்ளானதா நீ நினைக்க தேவையில்லை."

அவன் தலை குனிந்தபடி யோசிப்பவன் போல அமர்ந் திருந்தான். பிறகு மெள்ளச் சொன்னான்: "நா உங்கிட்ட நிதானமா பேசணும். சேலத்திலே எனக்குத் தொழில் வேர் பிடிக்கும்னு தோணலே." அவன் சட்டென்று எழுந்தான். "நா எந்த முடிவுக்கும் வந்துவிட்டதா நினைக்காதே. நா நினைச்ச மாதிரி விஷயங்கள் நடக்கலே. நிதானமா பேசுவோம்."

அவன் அருகில் வந்து என் தோளை அழுத்தினான். "உன் துக்கம் எனக்குப் புரியுது. மெள்ள மெள்ளதான் அது ஆறும்."

"நிதானமாக." பிறகு அவன் பேச மாட்டான் என்று எனக்குத் தெரியும். இவனைப் பற்றிய கனவுகளும் பிரமைகளும் கமலினியின் கடிதத்தைப் படித்ததுமே விலகியிருந்தன.

"சிவா தனது சப்ஜெட்டில் கெட்டிக்காரன் என்று பெயரெடுத் தவன். ஆனால் சீக்கிரம் பணம் பண்ணும் ஆசையுள்ளவன். ஏதோ ஒரு தில்லுமுல்லில் மாட்டிக் கொண்டிருக்கிறதா கேள்வி. அதை சரிக்கட்டவே உன்னைக் கல்யாணம் செய்து கொள்ள சம்மதித் திருக்கிறான் என்று தோன்றுகிறது. அவனுக்குப் பணம் தேவை இப்போது" என்ற அந்த வரிகளைப் படித்தபோது அதிசயமாக எனக்கு அதிர்ச்சியேற்படவில்லை. அவனது சிறு சிறு அசைவுகளும் எனக்குப் பல சமயங்களில் எச்சரிக்கை சமிக்ஞைகளை எழுப்பிய வண்ணம் இருந்தன. அப்பாவின் பிஸினஸ் படுத்துவிட்டது தெரிந்ததாலேயே இப்போது பின் வாங்குகிறான். அப்பாவின் சந்தேகங்கள் உறுதியானதை நினைத்து வெட்கமேற்பட்டது. மனத்தில் புகை மூட்டமாக ஒரு அகால மரணம் நடந்தது போல துக்கமேற்பட்டிருந்தாலும், விநோதமாக ஒரு நிம்மதியும் பரவியிருந்தது.

⊙⊙⊙

"இன்னும் ஒரு பேஷண்ட் பாக்கிக்கா" என்றாள் மீனாட்சி.

"அனுப்பு" என்றேன்.

கனவில் மிதப்பவள் போல் எலும்பும் தோலுமாக ஒரு பெண் வந்து நின்றாள். முகம் பரிச்சயமாகத் தெரிந்தது.

"நீ பழைய பேஷண்டு ரஞ்சிதம் இல்லே?"

"ஆமாம் தாயீ. கர்ப்பத்திலே பெண் சிசுன்னு பாத்து கலைச்சீங்களே."

சுருக்கென்றது. நான் தலையைக் குனிந்து கொண்டேன்.

"இப்ப எதுக்கு வந்தே? மறுபடி கர்ப்பமா?"

"ஆமாம் தாயீ" என்று ஒட்டிய தாடை சுருங்க சிரித்தாள். "மூணு மாசந்தான். பாத்து சொல்லிடுங்க தாயீ."

நான் முகத்தைக் கைகளால் மூடிக்கொண்டேன். பிறகு அவளைப் பார்த்துச் சிரித்தேன்.

"இனிமே அந்த வேலையெல்லாம் செய்யறதில்லேன்னு சபதமெடுத்திருக்கேன்."

"ஏன் தாயீ?"

"போன பௌர்ணமி பூஜையிலே மங்கம்மாவுடைய ஆவி சொல்லிச்சாம். இனிமே இந்த க்ளினிக்கிலே பிறக்கப் போற பொண் குழந்தைகள்லாம் பிறந்த வீட்டை அமோகமா ஆக்கப் போகுதாம்.

அவள் திகைத்து என்னைப் பார்த்தாள். "அப்படியா சொல்லிச்சு?"

"ஆமாம்."

"எம் புருஷன் நம்புவானா?"

"நம்ப வைக்கறது உம் பொறுப்பு."

அவள் நம்பாமல் தயங்கி நின்றாள். நான் எழுந்தேன். "எல்லாம் உங்கையிலேதான் இருக்கு, ஞாபகம் வெச்சுக்க. நாளைக்கு உன்க்கு மக பிறந்தா என்னை மாதிரி டாக்டரா வருவா."

"அப்படின்னு சொல்லுதா மங்கம்மா?"

"ஆமாம்" என்று நான் சிரித்து அவள் தோளைத் தட்டி விட்டு வெளியே வந்தேன். பாவாயியும் மற்ற பெண்களும் பௌர்ணமி பூஜைக்குத் தயார் செய்து கொண்டிருந்தார்கள்.

[முற்றும்]